निसटते किनारे

रेखा बैजल

निसटते किनारे

रेखा बैजल

दिलीपराज प्रकाशन प्रा. लि.
२५१ क, शनिवार पेठ, पुणे - ४११ ०३०.

निसटते किनारे
Nisatate Kinare

प्रकाशक
श्री. राजीव दत्तात्रय बर्वे
मॅनेजिंग डायरेक्टर,
दिलीपराज प्रकाशन प्रा. लि.,
२५१ क, शनिवार पेठ,
पुणे - ३०.

© रेखा बैजल
'शब्द', आयकर कॉलनी,
जालना - ४३१ २०३

प्रथमावृत्ती -
१५ जानेवारी २०११

प्रकाशन क्रमांक -
१८३८

ISBN -
978-81-7294-844-3

मुद्रक
रेप्रो इंडिया लिमिटेड,
मुंबई

अक्षर जुळणी
पितृछाया मुद्रणालय,
९०९, रविवार पेठ,
पुणे - ४११ ००२

मुखपृष्ठ -
रविमुकुल

'दिलीपराज प्रकाशन प्रा. लि.'च्या नवीन पुस्तकांची यादी व माहिती हवी असल्यास आपला पत्ता, दूरध्वनी क्रमांक किंवा Email आमच्या diliprajprakashan@yahoo.in या Email address वर पाठवावा किंवा आमच्याशी दूरध्वनी क्रमांक फॅक्ससहित : ०२०-२४४८३९९५/ २४४९५३१४ / २४४७१७२३ यावर संपर्क साधावा.
आमच्या वेबसाईटला एकदा अवश्य भेट द्या.
***Website:** www.diliprajprakashan.com*

रक्ताच्या नात्यांपेक्षाही काही काही वेळी
नव्याने जुळलेली नाती एवढी दृढ असतात
की, ती पूर्वजन्मावर विश्वास ठेवायला भाग
पाडतात. असेच माझे शास्त्रज्ञ व्याही
डॉ. सुभाष बोरीकर व सौ. चंदा बोरीकर
ह्यांना प्रेमपूर्वक अर्पण

- रेखा

अनुक्रमणिका

१. येता भर रंगा

संध्याकाळची कातर वेळ. नभा आणि मुलं फिरायला गेली होती. घरात मी एकटाच.

माझ्यासमोर पेपर्सचे गठ्ठे पडलेले, पण ह्या क्षणी मात्र पेपर तपासण्यातही लक्ष लागत नव्हतं.

चांगली नभा म्हणत होती, ''तुम्हीही चला फिरायला म्हणून.'' पण तिचा आग्रह मोडून मी पेपर तपासायचे म्हणून घरात थांबलो होतो.

तेवढ्यात फोन वाजला.

''हॅलो...''

"हॅलो, कुलकर्णी का?..." एक अगदी नाजूक आवाज फोनवर किणकिणला. कुठल्यातरी पक्ष्यानं मंजूळशी तान फोनवर काढावी, असं वाटलं.

"नाही मॅडम... राँग नंबर...." म्हणत मी फोन ठेवून दिला.

क्षणभरानं पुन्हा फोन वाजला.

"हॅलो, कुलकर्णी?" पुन्हा तोच आवाज.

इतर वेळी 'राँग नंबर' वर चिडणारा मी त्या आवाजावर मात्र नाही चिडू शकलो.

"मॅडम, तुम्ही चुकीचा नंबर फिरवता आहात."

"अंऽऽऽ... सॉरी हं... त्यामुळे तुम्हाला विनाकारणच त्रास..."

"नाही... अगदी नाही. एवढ्या गोड आवाजातलं संभाषण ऐकायची माझी पुन्हा पुन्हा तयारी आहे." मी मोकळेपणाने म्हणालो.

समोरून सप्तसुरांवरून घरंगळत जाणारं हसू कानी पडलं.

"....मग सर, एक विनंती आहे... फोन ठेवू नका. खरंतर मी मुद्दामच हा नंबर फिरवल्येय."

"म्हणजे?..." मी न कळून विचारलं.

"मी तुम्हाला ओळखते सर. पण कदाचित तुम्ही मला ओळखत नसाल... खरं सांगू... ह्या कातर क्षणी मला कुणाशी तरी बोलावंसं वाटलं. पण बोलणारं 'कुणी' तरी नको म्हणून डिरेक्टरी चाळली. तुमच्या नावानं फोन आहे म्हटल्यावर आनंद झाला. एका प्राध्यापकाशी... तेही फिलॉसॉफीच्या... प्राध्यापकाशी बोलावं वाटलं."

"मग आधी 'कुलकर्णी' आहेत' का, असं का विचारलंत?"

"ते तुमचा मूड पाहण्यासाठी. दुसऱ्यांदा फोन करूनही तुम्ही शांतपणे उत्तर दिलंत. गडबडीत असता किंवा तिरसटून उत्तर दिलं असतं, तर पुन्हा फोन लावला नसता."

हिचा आवाज बोलताना किती हळुवार होतो! खरंतर हा आवाज तसा टोकदार, एकेरी... नाजूक... अशा आवाजात हळुवार व्हायला जी लवचीकता हवी असते, ती कमीच असते. कारण ओढलेल्या तारेला छेडावं तसा ह्या प्रकारचा आवाज काहीसा किरटेपणाकडे जाणारा. पण अशा आवाजातही एवढं हळुवारपण...! हे अभिजातपण...! मी त्या आवाजाबद्दल विचार करत राहिलो.

"कसला विचार करता आहात?"

"तुमच्या आवाजाचा विचार करत होतो. इतर कुणी असतं, तर कदाचित तिरसटून उत्तर दिलंही असतं. कारण तुम्ही म्हणता त्याप्रमाणे ह्या कातरवेळी

संवादाचे शब्दही पंख मिटल्यासारखे मौन होऊन जातात. खूप बोलावं तर वाटतं, पण त्या भावांसाठी शब्द सापडत नाहीत. असं काहीसं.... म्हणूनच अशा वेळी फुलांचे सुगंधी निःश्वास अनुभवावे वाटतात. पक्ष्यांचं कूजन मूक होऊन ऐकावं वाटतं.''

''स्तुती करतो आहे असं समजू नका; पण तुमच्या आवाजात ह्या दोन्हीची प्रचिती देण्याचे सामर्थ्य आहे. आवाज ऐकून सुखावलो... सैलावलो आणि हो, तुमचं नाव सांगणार?...''

समोरून पुन: तेच खळाळतं हसू. ह्या वेळी मात्र काहीसं खोडकर. ''अंहं... नाव नाही सांगणार. ओळखही नाही करून देणार...''

''हरकत नाही. नावातूनच ओळख होते असं थोडंच आहे? विचारातूनही ओळख होतच असते. नाव सांगण्याचा माझा आग्रह नाही. खूपदा नाव सांगण्याने गप्पांना व्यक्तिविशेषाच्या मर्यादा पडतात. संकोचाची किंवा उपचाराची बंधनं पडत राहतात.'' मी म्हटलं

''अगदी खरंय. मुक्तपणे गप्पा मारायला तर फोन केला... ओळख नको म्हणतेय... पण तरीही विचारतेय... माझं वय किती असेल?''

मी काहीसा विचार केला. ''अंऽऽ? तुम्ही एवढ्या मोकळेपणानं बोलता आहात, म्हणजे तुम्ही विवाहित आहात. लग्नाआधी स्त्री 'पुरुष' ह्या संकल्पनेलाही थोडी घाबरूनच असते. लग्नानंतर द्वैत संपतं. शारीरिक वेगळेपणाचं जे भान असतं; ते संपतं. स्त्री, पुरुष म्हणजे केवळ शरीरं नाही तर एक विचारही असू शकतो, ह्याची जाणीव होते... अर्थात ही जाणीवही एकदम येत नाही. काही काळानं येते. लग्नानंतर, शरीरसुखाची नव्हाळी संपल्यावर... मुलांना जन्म दिल्यावर, मुलं काहीशी मोठी झाल्यावर. म्हणजे जीवनाची सुरुवात... मातृत्वाची जाणीव... मातृत्व भोगणं... जबाबदारी पेलणं... आणि हळूहळू मुलांनी मोठं झाल्यावर आईपणाच्या बांधलेपणातून मुक्त होणं. ह्यानंतर स्त्रीचं खरंखुरं... एक व्यक्ती म्हणून व्यक्तित्व जागं होऊ पाहतं. म्हणजे साधारण पस्तीस ते चाळीस ह्या वयात. पण काही व्यक्तींच्या बाबतीत... संवेदनाक्षम व्यक्तींच्या बाबतीत... जाणीवपूर्वक जगणाऱ्यांच्या बाबतीत, हे 'स्वत्व' आणखीही आधी सापडण्याची शक्यता असते. म्हणजे तिशीतही. तुमचं वय तीस ती पस्तिशीत मोडणारं असलं पाहिजे. कारण तुम्ही अ‍ॅव्हरेज व्यक्तींत न मोडणाऱ्या...''

''ओळखलंत, तर्कशास्त्र अगदी बरोबर लढवलंत....''

''आणखी ऐका...'' मी आणखीही अंदाज बांधत म्हटलं,

''सांगा.'' विलक्षण मोकळा... सैलावलेला तिचा आवाज. मैत्रीची पूर्ण

जाणीव पेलणारा.

"आयुष्यात खूप काहीतरी घडतं आहे. जे हळुवार आहे; तरी सांगायला अवघड आहे. म्हणूनच हे अनोळखीपण जपायचं. स्त्रीजीवनात ह्याच वेळी अशी स्थित्यंतरं घडतात. मानसशास्त्र जाणतो म्हणून सांगतो, ह्याच वयात स्त्रीला ती केवळ एक स्त्री नाही, तर व्यक्ती आहे ह्याची जाणीव होते आणि तेव्हाच अगदी स्वाभाविकपणे काही आणखी वेगळी क्षितिजं जीवनाला लाभू पाहतात. आकाश रुंदावू लागतं. मैत्रीची, वेगळ्या जाणिवांची, संवेदनांची स्पंदनं मनाला लाभतात. कारण व्यक्तिमत्त्वाचा पूर्ण विकास झालेला असतो. आधीच्या आवडी... नंतरची आकलनं... ह्या सगळ्यात ह्या विकासाबरोबरच फरक होत जातो. हे सगळं होणं अगदी स्वाभाविक आहे... पटतंय, मी जे म्हणतो ते?"

क्षणभर फोनवर शांतता होती. मग एक हळुवार नि:श्वास.

"खरंय. तुम्ही जे म्हणता ते अगदी खरं आहे... म्हणूनच तुम्हाला मी फोन केला. कुणाशी संवाद साधला गेला की, आपलंच मन... मनातल्या भावना स्वच्छ होऊन जातात. खूपदा मनात एवढं दाटून येतं, की ते सांगून एखादा ढग कोसळून जावा, तसं रिक्त रिक्त व्हावं वाटतं."

तिच्याजवळ नुसताच स्वर नव्हता.

विचार होते... भावना होत्या.

गोंधळ होता... गुंता होता.

तिच्यासारख्या व्यक्तीच्या बाबतीत हे असं व्हायला हवं होतं.

सर्व जाणिवांनी जगणाऱ्या व्यक्तीच्या जीवनातच मोगरा दरवळतो आणि निवडुंगही काटे फुलवून असतो. अशाच व्यक्तीच्या जीवनात अशी दु:सह, आर्त संध्याकाळ येते. कुणा तिऱ्हाइताबरोबर फोनवर बोलायला भाग पाडते.

मी आश्वासक आवाजात म्हटलं,

"बोला... मोकळेपणानी बोला, फक्त इतकंच सांगा, तुम्ही आणि मी सध्या घरात एकटेच आहोत. दोघांपैकी कुणाच्याही बाजूला दुसरीतिसरी व्यक्ती आली तर...?"

"फोन बंद करायचा सर. जाणवणाऱ्याला गुलाबाचा सुगंध जाणवतो.. आणि न जाणवणाऱ्यांना त्याचे काटेच टोचतात..."

"अगदी खरं आहे."

"कुणी आलं तर फोन बंद करायचा. मी उद्या याच वेळी फोन करीन."

"ठीक आहे, बोला आता. मी तर तुम्हाला ओळखत नाही. मन पूर्णपणे मोकळं करा."

"सर, आपण आरशात आपलं प्रतिबिंब पाहत असतो. पण अचानक असं घडतं की, हे आपलं प्रतिबिंब धूसर होत जातं. आपल्याला परकं वाटू लागतं. पाहता पाहता प्रतिबिंब बदलत जातं. ते दुसऱ्या कुणाचं असतं... माझ्या डोळ्यांनी असं दुसऱ्या कुणाचं प्रतिबिंब का पाहावं? आपल्या आयुष्यात काही कमी असतं, असंही नाही. चांगला पती... छानशी मुलं, अगदी परिपूर्ण असं जीवन आणि अचानक कुणी समोर येतं... आपलं आयुष्य अपूर्ण वाटायला लागतं. आपल्याच आयुष्याचे पूर्णत्वाचे संदर्भ समोरच्या व्यक्तीत आहेत, असं वाटायला लागतं... ती व्यक्ती खूप आपलीशी..."

आणि ती संकोचून गप्प झाली.

"ती व्यक्ती आपलीशी वाटते आणि नेमकी अशी व्यक्ती जर अपोझिट सेक्सची असेल तर अधिकच अडचण होते... गुंता होतो. होय ना?"

"होय.. खरंतर ह्या वयात मी गुंत्यातून बाहेर पडायचं. पण हे असं पाऊल का अडकावं?"

"अगदी उलट म्हणताय तुम्ही. ह्याच वयात गुंता होऊ पाहतो. कारण मी मघाच सांगितलं. व्यक्तिमत्त्वाची एक पाकळी पूर्णपणे उमललेली असते. आपली पूर्ण ओळख ह्याच वयात झालेली असते. मन पुन: नव्याने भावनांचा आविष्कार करत असतं. खरं सांगायचं तर तारुण्याचा हा सरता उंबरठा असतो. त्यानंतर पुन्हा: कोमल भावना जगतीलच... हा जोष हा जोम आयुष्यात कायम टिकेलच, हे सांगता येत नाही. नको नको म्हणताना प्रत्येक क्षण आपला हात सोडून जातो आहे, हे ह्या वेळी जाणवतं. म्हणूनही मन उसळून येतं. प्रेमासारखी नवथर भावना अनुभवू पाहतं."

"हॅलो... सर प्रेम तर मी आधीही केलं होतं. पण आताचं प्रेम वाटणं हे आधीच्या प्रेमाहून फार वेगळं वाटतं. ह्याला प्रेम म्हणावं का! हा प्रश्न पडण्याइतकं वेगळं."

"मॅडम, प्रेम अनेकपदरी असतं. अनेक सूक्ष्मी छटा मिळालेलं असतं. ह्या छटांची एवढी सरमिसळ झालेली असते, की कुठली छटा कुठे संपतेय आणि दुसरी कुठे सुरू होतेय, हे लक्षात येत नाही. त्यातही आधीचं प्रेम सतरा-अठरा ह्या वयात केलेलं असतं. ते प्रेम शारीरिकतेच्या अधीन असणारं असतं. मन नुकतंच कुठे जागू लागलेलं असतं. अशा मनाच्या अर्धोन्मिलीत अवस्थेत ते प्रेम केलेलं असतं. सगुणाची आस असलेलं स्वत:च्या बाह्य व्यक्तिमत्त्वाच्या पसंतीची पावती दुसऱ्याच्या डोळ्यांत पाहून संतुष्ट होणारं. त्या वेळी आपण स्वत:ची ओळख दुसऱ्याच्या डोळ्यांत शोधू पाहत असतो, हाही वेडेपणाच.

"पण आताचं हे प्रेम स्वतःची पूर्ण ओळख पटल्यावरचं प्रेम आहे. सगुणापेक्षा निर्गुणावर अधिक म्हणून क्लिष्ट. आपण ह्याला प्रेम म्हणावं का, असं वाटायला लावणारं. कारण प्रेम म्हणजे आधीच अनुभवलेलं विकारी, सगुण प्रेम ही कल्पना आपल्या मनात असते."

"म्हणजे सर... ते प्रेम गढूळ..."

"नाही. असं मी म्हणणार नाही...

"हे असं अडखळतं संभाषण नावाशिवाय अवघड वाटतंय. आपण तुमचं एखादं नाव ठेवू या. संभाषणापुरतं."

"अय्याऽऽऽ! काय मस्त कल्पना!"

तिचा उंचावत गेलेला आवाज.

"काय नाव ठेवू सांगा?..." मी विचारलं.

"तुम्हीच ठेवायचं. मी अगदी सांगणार नाही."

"काय ठेवावं बरं?... हं, वैदेही! अशी फोनवर विदेहीपणे भेटणारी म्हणून वैदेही! चालेल तुला?"

"हो... खूपच आवडलं नाव. आणि तुमचं हे अहोजाहो वरून तूवर येणंही!"

"अरेच्या हे मात्र अनवधानानं घडलं हं! तर मी काय म्हणत होतो..." बोलता बोलता मी बाहेर पाहिलं.

नभा आणि मुलं परतताना दिसली.

"वैदेही, आता फोन बंद करतो. माझी पत्नी येते आहे..."

"ठीक आहे. उद्या ह्याच वेळी...हं?"

"बाय..."

शब्दांचा सुरेल सहवास संपला.

दुसऱ्या दिवशी मी काहीतरी वाचायचा प्रयत्न करत होतो; पण ते शक्य होत नव्हतं. दृष्टी पुनःपुन्हा फोनकडे वळत होती. ते मधाळ गोड आवाजातले शब्द कालपासून मनात घर करून राहिले होते. तिच्या मनाची संभ्रमावस्था मलाच अस्वस्थ करत होती.

वैदेही अधिक मोकळी होणं आवश्यक होतं.

जितकं अबोध नातं तिच्या आयुष्यात निर्माण झालं होतं, तेवढंच अबोध नातं आम्हा दोघांच्यात निर्माण झालं होतं.

वैदेही कशी असेल, ह्याचा अंदाज मी बांधू शकलो असतो. पण मी माझ्या मनाला त्या अंदाज बांधण्याच्या मोहापासून दूर ठेवत होतो.

फूल आपोआप उमलू पाहतंय म्हटल्यावर त्याच्या पाकळ्या जबरदस्तीनं का उमलवायच्या?

खरंतर वैदेहीचं केवळ स्वरमयी अस्तित्व मला अधिक हवंसं वाटत होतं. केवळ शब्दांतून मैत्री होऊ शकते, ही अनुभूती माझ्याहीसाठी नवीन होती. माझ्यासाठी त्या फोनमधून येणारा नितळ, हळुवार, सौंदर्यवान स्वर हीच वैदेहीच्या अस्तित्वाची एकुलती एक आणि एकमेव ओळख होती आणि ती पुरेशीही होती.

"हॅलो... सर?..." पुन: तोच स्वर.

"फोनची वाट पाहिलीत?"

"होय. बोल.. कालचं अपूर्ण बोलणं..."

"काल आपलं बोलणं मधेच थांबलं. काय बरं बोलत होतो आपण?"

"तारुण्यावस्थेतलं सगुण प्रेम गढूळ असतं का, असं तू विचारलं होतं..."

"अरे वा! लक्षात ठेवलंत एवढं?"

"वैदेही, मी एक प्राध्यापक आहे. त्यामुळे काल आपलं बोलणं कुठल्या मुद्द्यावर संपलं आणि आज कुठून सुरू करायचं, हे बरोबर लक्षात राहतं."

माझ्या ह्या बोलण्यासरशी सप्तसुरांचा खळाळता धबधबा हास्यातून माझ्यापर्यंत आला.

"वैदेही, तू खूप छान हसतेस. उपमा द्यायची म्हटली तर...."

"नका देऊ सर. जगातलं जे जे सौंदर्यवान आहे, ते ते इतकं स्वयंभू आहे, की त्याला कुठल्याही त्यासारख्या शब्दात पकडता येत नाही. माझ्या आवाजाच्या सौंदर्याची जाणीव मलाही आहे. तशीच तुमच्या विचारांच्या सौंदर्याचीही..."

माझ्या स्तुतीनं मी गप्पच राहिलो.

"सर, त्या कालच्या प्रश्नाचं उत्तर नाही दिलंत."

"वैदेही, तारुण्यातल्या प्रेमाला मी हिणकस किंवा गढूळ म्हणणार नाही. त्या वयात जे प्रेम उसळू लागतं, त्याला किनारा असतो शरीराचा. प्रत्येक लाट त्या किनाऱ्यावरच उसळत येते. पण त्यात वावगं काय आहे? तेव्हा शरीर खऱ्या अर्थानं सचेतन होऊ लागलेलं असतं. आपल्याच शरीराच्या सामर्थ्याची आणि संवेदनांची आपल्याला ओळख पटू लागली असते. तो त्या शारीर जाणिवांचा आविष्कार असतो.. विलक्षण नैसर्गिक असा. जे नैसर्गिक आहे, ते खोटंही नसतं आणि गढूळही नसतं... पण हळूहळू ह्या किनाऱ्यापासून आपण दूर होतो. जाणिवांना लाभतो मनाचा किनारा. मग मात्र ह्या मनाहून खूप दूर शरीर उभं असतं..."

"पण सर, असं होत नाही. ह्या दुसऱ्या वेळीही जवळ यावंसं वाटतं."

"होय. पण त्यात स्पर्शाचं भान कुठवर असतं? त्या स्पर्शातूनही आपण

मनच शोधत राहतो. अखेर असं आहे वैदेही... कितीही भावना, मन, बुद्धी म्हटलं, तरी त्या सर्वांच्या आविष्काराचं साधन एकच आहे.... शरीर!''

''मग सर, थांबायचं कुठे?''

''वैदेही, थांबायचं कुठे ह्याचं उत्तर तो क्षणच देऊन जातो. शरीराच्या एकत्र येण्याच्या सीमा आणि मनाच्या एकत्र येण्याच्या सीमा पार वेगवेगळ्या असतात. शरीराची सीमा सुखाशी निगडित असते, तर मनाची सीमा समाधानाशी.''

वैदेहीनं केवळ एक सुस्कारा सोडला.

''काय झालं वैदेही?''

''सर... ह्या सीमा एकमेकांत मिसळल्या तर नसतील?''

''थोड्याफार मिसळल्याही असतील. पण त्या पुनरावर्ती नसतील. तृष्णा निर्माण करणाऱ्या नसतील. वैदेही, ह्या समाधानाला एवढी घाबरू नकोस. काहीही किंतू न ठेवता थोडीशी पुढे जा. शंकांच्या भिंती नाहीशा होऊन एकदम आकाश दृष्टीला पडेल. आयुष्यातल्या अनुभवांना एवढं घाबरायचं नसतं किंवा लोकांच्या समजुतीनं तो अनुभव पेलायचाही नसतो. त्यामुळे गुंता निर्माण होतो. विकल्प निर्माण होतात. शुद्धतेला गढूळता येऊन मिळते. तुला ज्या व्यक्तीबद्दल आपुलकी वाटते आहे, तिला ओळखून घेण्यासाठी जवळ जायचा प्रयत्न कर; तोही मुक्त मनाने. तरच निर्भेळ मैत्री... प्रेम लाभू शकेल.''

''सर, हे किती अवघड आहे!''

''तुझ्यासाठी नाही वैदेही.''

''माझ्याविषयी एवढं ठामपणाने म्हणू शकता?''

''होय माणसांची ओळख पटायला फारसं आयुष्य वेचावं लागत नाही. केवळ दोन दिवसांच्या संवादातून मी तुला ओळखलं आहे. एक समर्थ नातं पेलायची ताकद तुझ्यात आहे, हे मी जाणलं. द्रौपदीनं नाही कृष्णाशी नातं जोडलं तेवढ्याच समर्थपणे?''

फोनवर आत्ता अगदी शांतता होती. माझ्या मनात आलं, माझ्या बोलण्यानं वैदेहीनं डोळे मिटले असतील. समाधानाने. कुणीतरी आपल्याला जाणतंय या समाधानाने.

तेवढ्यात फोनमधून डोअर बेलचा आवाज स्पष्टपणे आला.

''सर, कुणीतरी आलंय... मी फोन ठेवतेय.''

''अच्छा!''

मी मात्र काहीसा हरवून गेलो. न पाहिलेल्या वैदेहीत.

वैदेहीला ही मैत्री जोपासायला तर मी सांगतोय; पण तिला कोणकोणत्या

संघर्षांना तोंड द्यावं लागेल? वैदेही हे मनोमय नातं जोपासू शकेल ना? की एखादी दुबळी लाट तिला शारीरिकतेच्या किनाऱ्यावर आणून फेकेल? तसं घडलं तर वैदेहीसारखी व्यक्ती किती जखमी होईल!

घरातल्या झुंबराच्या प्रकाशाचे गोल लोलक एकमेकांत सरमिसळ झाल्यासारखे प्रतिबिंबित झाले होते. ह्या वेगवान जगात अनेक जीवनांची वर्तुळं अशीच एकमेकांना छेदून जातात. पण फरक एवढाच, की त्यांचे आकृतिबंध असे सुंदर दिसत नाहीत. ते विरूप असतात. जखमी असतात.

कारण स्त्री आणि पुरुष ह्यांच्या मैत्रीतल्या उत्कटतेची आणि स्त्री-स्त्री ह्यांच्यातल्या उत्कटतेची परिसीमा निसर्गतःच वेगवेगळ्या पातळीवर असते.

स्त्री-पुरुष आकर्षणाचा एक निसर्गतःच असणारा वेगळा आविष्कार त्यांना नको तितकं जवळ आणणार.

पण मी ज्या शांतपणे विचार करतोय, तेवढ्या शांतपणे समंजसपणे समाज विचार करेल?

इतकंच काय, असं नातं माझ्या नभाच्या मनात निर्माण झालं तर?

वैदेही एक तिऱ्हाईत व्यक्ती म्हणून... आणि त्या विचारासरशी मी मनातून उन्मळून आलो.

वैदेही कुठे आता तिऱ्हाईत राहिली? तिचं बोलणं, तिचे विचार हे किती माझ्या मनाजवळ येऊन ठेपले आहेत!

वैदेही म्हणते तसं माझंही प्रतिबिंब धूसर होतंय का?

"हे काय, एकटेच विचारात बसलात! चांगलं म्हटलं होतं, चला माझ्याबरोबर. पण हे संध्याकाळी असं एकलकोंड्यासारखं बसणं आवडतं तरी कसं तुम्हांला?"

नभाच्या सरबत्तीनं मी भानावर आलो.

समोर माझं असं एक विश्वच तिच्या डोळ्यांत उभं होतं.

"नभा..."

तिनं पुढे केलेल्या बाहूत मी विसावलो. कानांमध्ये मात्र अजूनही मंजूळ स्वर गुंजन करत होते.

त्यापुढची संध्याकाळ. आयुष्यात आलेले असे क्षण, की जिथे काळाचं मापनही थांबलेलं असावं. मनात वर्षानुवर्षं अमूर्त भावना असाव्यात आणि त्यांना अचानक मूर्त रूप मिळाल्यानं त्या भावना परक्या वाटू नयेत असं काहीसं.

मी फोनच्या रिंगची वाट पाहत होतो.

बेल वाजली.

मी चटकन फोनजवळ गेलो आणि मग लक्षात आलं, ही फोनची रिंग नव्हती... डोअर बेल वाजली आहे.

"नेमकं ह्या वेळी कोण आलं?"

मी मनाशी कुरकुरत दार उघडलं, आणि पाहत राहिलो.

आकाशातली संध्याकाळ डोळ्यांत पेलणारी, विलक्षण आपुलकीचं हसू चेहऱ्यावर असणारी ती, समोर उभी होती!

'ती' कोण? हा प्रश्नही मला पडला नाही. एवढं डोळ्यांतलं भावशिल्प केवळ वैदेहीच बाळगू शकते.

"ये..." मी भानावर येत म्हणालो.

"ओळखलंत? कसं ओळखलं?"

"वैदेही, तू एक वृत्ती म्हणून माझ्या ओळखीची आहेसच आणि मलाही डोळे वाचता येतात."

ती खळाळत हसली.

मी तिच्याकडे पाहत होतो. सौंदर्याच्या कुठल्या परिभाषेत ती बसते, ह्याचा विचार करत होतो. केवळ सुंदर नाक, डोळे... गोरा रंग... ह्यांतच सौंदर्य असतं का? वैदेहीजवळ हे असेल किंवा नसेलही. माझ्या लक्षात येत होतं, तिचं आत्मिक सौंदर्य. मनातल्या प्रसन्नतेचे आत्मिक भाव तिच्या चेहऱ्याला विलक्षण सौंदर्य प्रदान करत होते आणि तिचे बोलके डोळे...

मी पाहिलं... तिची बोटं किंचित कापत होती. ओठ किंचित थरथरत होते.

"मला एक सुखद धक्का दिलास तू वैदेही. तू तर मला भेटणारही नव्हतीस ना?"

तिनं माझ्याकडे पाहिलं.

तिचे डोळे खूप काही सांगू पाहत होते. त्या अस्वस्थतेनं ती बोटांच्या हालचाली करत होती. मी हसलो.

"काय झालं वैदेही? आज कसलं वादळ घेऊन आली आहेस?"

आणि मला काही समजायच्या आत ते वादळ माझ्या कुशीत कधी आलं, हे-देखील मला कळलं नाही. तिचे बरसणारे डोळे... माझ्या दंडांना तिनं कापऱ्या हातांनी धरलेलं...

ही सुंदर संध्याकाळ अशी मला येऊन बिलगलेली... ते सुरमयी अस्तित्व माझ्या अस्तित्वाला वेढून असलेलं... एक प्रगल्भ मन माझ्या कुशीत येऊन काही सांगू पाहणारं...

मी तिच्या मस्तकावरून हात फिरवला...

"वैदेही... ए वेडाबाई.... काय झालं, ते तरी सांगशील?"

"तुम्हीच तर म्हणाला होता ना... थोडीशी पुढे जा... त्या व्यक्तीलाही जाणून घ्यायचा प्रयत्न कर..." ती माझ्या डोळ्यांत पाहत म्हणाली.

"म्हणजे वैदेही?" मी काय बोलावं हे न कळून एवढंच बोलू शकलो.

तिनं डोळे झुकवले.

"वैदेही!" मी तिचं मस्तक आवेगानं छातीशी ओढून घेतलं.

म्हणजे हा सुंदर आवाज... हे प्रगल्भ व्यक्तिमत्त्व माझ्या शोधात? माझेच हात कापून उठले क्षणभर. ह्या तीन-चार दिवसांत आपल्याला काय वाटलं नक्की? किती जवळ आलो आपण हिच्या... पण आपल्यालाही नक्की काय वाटतं...

"सर, हे सगळंच अनवधानानं घडत गेलं. दुरून तुमच्याकडे पाहत होते. पाहता पाहता अडकत गेले. मनात एक राऊळ उभारलं गेलं; पण ते काहीसं अंधूक, अस्पष्ट... मलाच स्पष्ट न झालेल्या भाषांचे उल्लेख त्यात चितारलेले. हे स्पष्ट तुमच्याखेरीज कोण करणार होतं? हे प्रेमच ना? सांगा, ही सतत येणारी आठवण... प्रत्येक वेळी जाणवणारे तुमचे संदर्भ... सांगा, हे काय? हे नातं कुठलं?"

मी विचार करत होतो.

हे वादळ माझ्या जवळ आलेलं; पण मला त्या वादळाला समर्थपणे सांभाळायचं होतं. केवळ त्या वादळाला नाही, तर मला स्वतःलाही!

"वैदेही, कुठलं नातं सांगू? केवळ शब्दांमध्ये नाती मावली असती, तर माणसांनी माणसांऐवजी शब्दच जवळ केले असते आणि नातं हा तर असा जड शब्द आहे. कुठलीही तरलता नसणारा. काही रक्तसंबंध आणि काही सामाजिक बंधनं ह्यांतून निर्माण होणारी बंधनं म्हणजे नाती. नातं म्हटलं की बंधनं, काही अपेक्षा गृहीत धरलेल्या असतात. कर्तव्यं गृहीत धरलेली असतात. त्यातून नात्यांचं नावही बदलत जातं. ह्या अपेक्षा, कर्तव्यं पूर्ण झाली नाही की नाती दुखावतात, दुरावतात. वर्षानुवर्षे एकमेकांजवळ असणाऱ्या व्यक्तीही परस्थ असतात. दूरस्थ असतात.

"ह्यात तुझं-माझं नातं बसू शकेल? फुलाचं आणि फुलाच्या सुगंधाचं नातं काय असेल, तेच नातं कदाचित हे असावं."

"खरंय! मी कधी परमेश्वरावर विश्वास ठेवला नव्हता. पण तुम्हाला पाहिलं आणि कुणावर तरी विश्वास ठेवावा वाटला. कुणावर म्हणजे तुमच्यावर!

"माझ्या मनावर तुमच्या प्रकाशमान पाऊलखुणा पडल्या. तुम्ही माझी नितान्त गरज का झालात? माझ्या मनाचा श्वास तुम्ही का झालात सर?

“माझ्याचसाठी माझ्या अस्तित्वाची ओळख का झालात?

“तुमचं बोलणं ऐकलं... तुमचे विचार ऐकले... तुमचं हे विलक्षण असं साधेपण पाहत होते.. हे सर्व प्रगल्भ आकाशाचे हुंकारच होते. अशब्दाला फुटलेली ती शब्दपालवी होती...

“भुईकिड्यागत माझं मन जमिनीत घर करून डोळे मिटून बसलं होतं. पण त्या आवाजाची, शब्दांची... विचारांची स्पंदनं माझ्या आत्मतुष्टतेला तडा देत गेली. सापडलेल्या सांदीतून मी पाहिलं. माझ्या मिटल्या डोळ्यांनी जे आकाशाचं स्वप्न पाहिलं होतं, ते समोर होतं.”

वैदेही बोलत होती. तिचं बोलणं ऐकत राहावं असं होतं. तिच्या सुंदर आवाजाला विचारांचीही जोड होती. विचार व्यक्त करण्याएवढी ह्या क्षणी ती उत्कटही झाली होती.

“वैदेही, फेनील पाणी उसळतं. आजूबाजूच्या रंगांचे कवडसे त्यात पडतात. पाण्याचा खरा रंग जाणायचा असेल तर पाणी थोडं निवळू द्यावं... भावनांचंही असंच असतं... एखाद्या व्यक्तीला पाहिल्याक्षणी भावना उसळून येतात. त्यांना निश्चित जाणिवांचा किनारा मिळलेला नसतो. अशा वेळी नक्की ओळख होईपर्यंत किनाऱ्यानं कणखर राहायला हवं.” मी तिला समजावत होतो.

“तुम्हीच सांगा ना हे सर्व समजावून.”

“वैदेही...” तिच्या दंडांना धरत मी तिला दूर केलं... “वैदेही, तू एवढी जवळ आलीस. पण ह्या जवळ येण्यात तुला शरीराचं भान होतं? किंवा माझ्या स्पर्शातून तुला काय जाणवलं? तुला जो स्पर्श होता तो केवळ शरीराचा...? की त्यात आणखीही काही जाणवलं?”

वैदेहीनं क्षणभर विचार केला.

“खरंय तुम्ही म्हणता ते... त्या स्पर्शात शरीराचा स्पर्श कुठेच नव्हता. तुमचा पाठीवरून फिरणारा हात मला ‘शांत हो’ म्हणत होता. तुमचा माझ्या डोक्यावर ठेवलेला हात... थोडंसं आत्मनिरीक्षण कर हे सांगणारा होता.”

“म्हणजेच वैदेही, ह्यात शारीरिक ओढ नाही. जवळ येताक्षणी शरीराचं भान गळून पडण्याइतकं ते निर्गुणाकडे जाणारं आहे. हे प्रेयसीचं प्रेम नाही.”

“मग, हे कसलं प्रेम आहे?”

“वैदेही, अनेक व्यक्ती भेटतात. भिन्न भिन्न प्रकृतीच्या. मैत्री होते... त्या त्या व्यक्ती आपल्याशा वाटून जातात. आपापलं भान कायमचं असतं. पण परमेश्वरही कधी कधी एखादा सुखद अपघात घडवून आणतो.”

“कोणता अपघात?”

"क्वचित एखादी व्यक्ती अशी भेटते, की तिला पाहिल्यावर जाणवतं, ही व्यक्ती आपणच आहोत. स्वभाव, आचार, विचार जणू एका मुशीतून काढल्यासारखे असतात. तुझं बोलणं ह्या तीन दिवसांत ऐकत गेलो.. आणि मला जाणवलं. की तुझ्यात माझ्यातल्या मीपणाचे खूप अंश आहेत.

"माझ्याच व्यक्तिमत्त्वाचा एक वेगळा आविष्कार तू असावीस अशी तू. 'एक स्त्री...' ह्यावर हे प्रेम नव्हतं. ह्या समान स्वभावावर हे प्रेम होतं. तू मला परकी वाटलीसच नाही.

"असं फार क्वचित घडतं वैदेही. आपापल्या पोटची मुलंही आपल्यासारखी नसतात. एकाच आईच्या कुशीतून जन्मलेली भावंडं एकसारखी नसतात. म्हणूनच तुझं एकरूपत्व मला आवडून गेलं."

आणि वैदेही आश्चर्यचकित झाल्यागत उभी राहिली.

"खरंय. अगदी मला जे वाटलं होतं, तेच तुम्ही बोललात सर... तुम्हाला अनेकदा समारंभात ऐकलं आहे. स्वतःला लपवत तुम्ही खूपदा माझ्या मनाचे ओठ बोलल्यासारखे बोलता. मी ज्या विचारांच्या वाटा चाचपडत असते, नेमके तेच विचार तुम्ही ठामपणे मांडता. माझ्या अंधाऱ्या रस्त्यावर प्रकाश टाकल्यासारखे. अशा वेळी वाटतं, ज्या विचारांच्या वाटेनं मी जाते आहे, त्याच वाटेवर तुम्ही कितीतरी पुढे उभे आहात. अनेक अर्थ आणि जाणिवांचे धागेदोरे समर्थपणे हाती घेऊन. हे सर्व जाणवलं, तुम्हाला एका कार्यक्रमात प्रथम ऐकताना... पण ह्याचा अर्थ... आपण एकमेकातल्या स्वतःवरच प्रेम करत राहिलो?" वैदेहीला कदाचित हे थोडं संभ्रमात टाकणारं असावं. तिला आणखीन समजावून सांगणं आवश्यक होतं.

"वैदेही, तू म्हणजे नक्की कोण किंवा मी म्हणजे तरी कोण, ह्याचा विचार केलास? केवळ शरीर म्हणजे तू की काही गुणविशेष... स्वभाव म्हणजे तू?

"मी जेव्हा म्हणतो, 'मला तू आवडतेस' म्हणजे तुझं शरीर नाही वैदेही. इथे तू-मी हे भावच पुसले गेलेत. तुझं मन, तुझे स्वभावविशेष आवडतात. जे खूप माझ्या स्वभावविशेषांजवळ येणारे आहे.

"हे खूप जगावेगळं नाही का वैदेही! आणि हे जगावेगळेपण जपायलाही हवं. एकदा ह्या निश्चित जाणिवेच्या उंचीवर पोचल्यावर आपल्यात असं काही घडायला नको, की ज्यानं एखादी पायरी खाली येऊ जवळ येणं.. शरीरानं... ही काही फार मोठी घटना आहे, असं मी मानत नाही. पण त्यामुळे ह्या शुद्ध जाणिवेला आणखी कसली छटा येईल... ही उंची चढायला खूप वेळ लागतो. खूप सामर्थ्य आणि संयम लागतो. पण खाली उतरायचं म्हटलं, की क्षणाचाही अवधी पुरतो. खराखुरा आनंद संपतो. लागून राहते एक टोचणी... ह्या शरीराच्या शोधात

आपण कधीच एकमेकांना सापडणार नाही. खरंतर न शोधता आपण एकमेकांना सापडलो आहोत.

"झोपाळा कसा तिन्ही काळांचा प्रवास केल्यासारखा झुलत असतो... पाठीमागे जातो तेव्हा भूतकाळ.. पुढे झेपावताना भविष्यकाळ... पण भूत आणि भविष्याला वर्तमानाचंच भान ठेवावं लागते. झोपाळा भूत-भविष्यात केवळ झेपच घेऊ शकतो; स्थिरावयाला त्याला वर्तमानच लागतो.

"तुझ्या डोळ्यांत हे स्वप्नांचे बहर दिसतात म्हणून सांगतो. वर्तमानाचंच भान ठेव. जे आज तुझं आहे, तेच तुझं आहे.

"पटतंय ना मी काय म्हणतो ते?"

वैदेहीला हे पटायलाच हवं होतं.

तिच्या विचारांच्या वाटा माझ्यासाठी परक्या नव्हत्याच.

वैदेही प्रसन्नशी हसली. तिच्या डोळ्यांत ह्या क्षणी शांत भाव साकारले होते.

"सर...!" तिनं माझा हात हाती घेत त्यावर आपला माथा टेकवला.

ती काय सांगू पाहते, तेही मी जाणलं.

"या क्षणी जाणवतंय. एक गाढ आकाश पाखरागत येत माझ्या मनावर विसावलं आहे.

"आणि सर... माझंही मन आकाश सामावून घेण्याएवढं मोठं झालं आहे."

संध्याकाळच्या निळसर धूसर प्रकाशात तिच्या चेहऱ्यावरच्या रेषांमध्ये मला आता माझ्या चेहऱ्याच्या रेषा सरमिसळ झाल्यागत दिसत होत्या.

तिच्याही डोळ्यांपुढे हेच साकारत असणार, निश्चितच! तिने डोळे बंद केले.

तिच्या मिटल्या डोळ्यांपुढे निश्चितच रंगी आलेला पिंगा सळसळत उकलत चाललेला होता.

◆

२. तुझ्या विणा

घड्याळाचा काटा साडेनऊ ओलांडून पुढे गेलेला. ऑफिस गाठणाऱ्या धावपळीची ही निर्वाणीची वेळ. जे काही केलं-शिजवलं आहे, ते पोटात ढकलून, तयार होऊन, पर्समध्ये आवश्यक त्या वस्तू टाकत, सगळी झाकपाक करत एकीकडे साडीचा काठ टाचेखाली दाबून खाली ओढत ती अखेर आरशापुढे उभी राहते. हा एक क्षणकाल, स्वत:ला भेटण्याचा. सकाळच्या तीन तासांत सर्व नेहमीची कामं भरभर आटोपताना आपण म्हणजे केवळ भरभर हलणारे हात म्हणून उरतो. हे आटप, ते आटप आणि शेवटी हे आरशापुढे येणं. थकण्याचे, ताणाचे,

रात्रीच्या जागरणाचे, दिवसभर ऑफिसात काम करत राहायचं ह्या जाणिवेचे आणि ह्या सर्वांना पुरून उरलेल्या एकटेपणाचे असे कितीतरी भाव त्या क्षणी ती त्रयस्थपणे आपल्या चेहऱ्यावर न्याहाळते. ती आरशासमोरून बाजूला होते. पाण्याचा हबका मारते. टॉवेलनं पाणी टिपत ती पुन: आरशापुढे येते. पाण्याच्या हबक्यानं चेहरा थोडा तरतरीत झालेला असतो, पण ते एकटेपणाचे भाव अजूनही डोळ्यांत साकळून असतात. ती चेहऱ्यावरून तळवे, बोटं फिरवते. हलकासा पावडरचा हात लावते. त्या सुगंधानं तिला तरतरी येते.

टिकलीच्या कागदावरची एक काळी टिकली काढून ती आपल्या कपाळावर चिकटवते. आपलं दुर्दैव आपल्याच हातानी आपल्या माथी रेखल्यागत. तिचे डोळे भरून येतात. पण क्षणभरात ती स्वत:ला सावरते. हे आता रोजचंच आहे. सुभाषला जाऊन पाच वर्ष होतायत. आता ह्या हळव्या क्षणानंही थोडं कठोर व्हायला हवं. पण तसं होत नाही. तो हळवा क्षण, ते दु:खाचं सतत सूर छेडल्यागत सोबत असणं अंगवळणी पडत नाही. सुभाष गेला, तो आता आपल्या सोबत नाही, हे आपण स्वीकारलंय; तरी रोजच्या जीवनात ते पुन:पुन्हा का जाणवत राहावं?

तिनं दोन क्षणाचे ते सर्व विचार बाजूला सारले.

"नेहाऽऽऽ" ती नेहाच्या रूममध्ये डोकावली. नेहा तिच्या बाथरूममध्ये गेलेली असते. जोरानं टेप रेकॉर्डर लावलेला. अंजलीनं टेपचा आवाज कमी केला.

"ओ.. नो ममा, टेप राहू दे."

अंजली बाथरूमच्या दाराशी आली.

"हे बघ, मी जाते आहे हे सांगायला आलेय. तू लवकर आटप. तुलाही आज उशीर झालाय."

"ओ.के.. मॉम."

"टेबलावर भाजी-पोळी ठेवलीय."

"थँक्यू मॉम..." ती आतूनच म्हणते.

"जाऊ मी?" अंजलीनं आपले शब्द नेहाच्या जाणिवेत कुठेतरी अडकवले असावेत; नेहा ते शब्द बोलून मोकळे करेल ह्या आशेनं क्षणभर रेंगाळली. पण नेहानं आतूनच,

"बाय मॉम... आणि जाता जाता टेपचा आवाज मोठा कर.." एवढं म्हटलं.

बस, आजच्या दिवसातली संध्याकाळपर्यंत नेहाबरोबर बोललेली ही चार वाक्यं म्हणजे आमच्या दोघीतला संवाद.

तिनं एक उसासा सोडला.

आयुष्य जे देतं, ते स्वीकारण्यापलीकडे आपण काय करू शकतो? सुभाषचं

जाणं आयुष्यानं क्रूरपणे आपल्याला दिलं; ते आपण स्वीकारलंच की!

तिनं पर्स उचलली आणि मोबाईल वाजला.

ह्या वेळी फोन? ती स्वत:शीच पुटपुटली.

"हॅलो, अंजली नारकर."

"हंऽऽऽ अंजू, मी रमेश बोलतोय."

'रमेश! माय गॉड! किती दिवसांनी!"

"हं! एका वर्षांनी!"

ती गप्प बसली. समोरून रमेशही गप्प झाला. तो वर्षाचा संदर्भ काही चांगला नव्हता.

"अंजू, मी आज निघून रात्रीपर्यंत तुझ्याकडे पोचतोय. दोन दिवसांचं ऑफिसचं काम आहे. तुझ्याकडे आलं तर..."

"अगदी चालेल."

"नाही, म्हणजे दुसरे काही तुझे प्रोग्रॅम वगैरे?"

"काही नाहीत. ये तू."

"रात्री आठ-साडेआठपर्यंत पोचेन मी."

"बरं. मी जेवायला थांबेन."

"ओ. के..." त्यानं फोन ठेवला.

त्या तेवढ्या बोलण्यानं ती उत्साहानं भारली. चला, रमेश येतोय, ती पुटपुटली. तिनं आपली पर्स उचलली. दार लावून घेतलं. लॅच नीट लागलं की नाही; ते पाहिलं.

ती ऑफिसमध्ये पोचली.

आज ती ऑफिसमध्ये पोचली; पण कधी नाही ते तिचं मन घरात अडकलं होतं.

तिनं ऑफिसात आल्या आल्या घड्याळाकडे पाहिलं. नेहाची आता अंघोळ आटपली असेल आणि ती तयार होत असेल.

तिनं फोन लावला.

"हॅलो! नेहा नारकर हियर"

"नेहा, मी बोलतेय."

"येस ममा... ती पण मीच बोलतेय."

अंजली हसली.

"ऐक, अगं रमेश येतोय."

"ओ! रमेशकाका म्हणजे प्रिया मावशीचेऽऽऽ" अंजली बोलता बोलता

गप्प बसली.

"हो, मी निघता निघता त्याचा फोन आला. रात्री साडेआठपर्यंत पोचेल तो.''

"व्हाऊ... मजा.. रमेशकाका किती जॉली आहेत नाही! मजा येईल.''

"हं...'' प्रियाला जाऊन एक वर्ष झालंय. रमेशचं आनंदीपण अजून कायम राहिलं असेल?

"ममा, म्हणजे आज रात्री ती नेहमीची सँडविचेस नाही. काहीतरी छान...वरण भात वगैरे... हो ना?''

अंजलीनं आवंढा गिळला.

"हो. अगं नेहमी सँडविचेस करायला मला तरी काय बरं वाटतं का? पण आल्यावर काही करायला एनर्जी राहत नाही आणि तू तरी कुठे...''

"ओह! सॉरी ममा, मी सहज म्हटलं अगदी.''

तिने फोन ठेवला.

ती नेहमीसारखी कामात गुंतली.

पाहता पाहता पाच वाजले आणि ती भानावर आली. रमेश येणार! ती बॉसकडे आली.

"सर, मी एक तास आधी जाऊ घरी? पाहुणे येणार आहेत.''

कधी नाही ते तिनं आज घरी लवकर जाण्याबद्दल विचारलं होतं.

"जा. खूप दिवसांनी तुम्ही लवकर जायचं म्हणालात. ऐकून बरं वाटलं. नॉर्मल बायकांसारखं.''

बॉस म्हणाले.

"थँक्यू सर.''

ती बाहेर पडली. नॉर्मल बायका! श्रीमती हे उपपद लागलेली स्त्री कितपत नॉर्मल असते? घरी जायला कुठली ओढ असते? नेहा पाहिली तर करियरिस्टिक. तिचा जॉब, तिचे ताणतणाव, मित्रमैत्रिणी. आपण त्यात फार कमी सामावलो आहोत. आपली आई आणि आपण ह्यांत एक अंतर होतं. पण ह्या नवीन पिढीचं आणि आपलं अंतर फार मोठं आहे. ह्या पिढीचा बदलाचा वेग फार मोठा आहे. घरी आली की नेहा आणि तिची रूम, त्यात लावलेलं रॉक म्युझिक... घरी आई आहे हे तिच्या लक्षातही नसतं बहुधा.

ती विचार करीत बाहेर पडली. विचार करता करताच तिनं बस पकडली.

बाजारात तिला काय घेऊ आणि काय नको, असं होऊन गेलं. किती दिवसांनी आपण भाजी घेत आहोत. नाहीतर आहेच आपलं ब्रेड-बटर झिंदाबाद.

मधाशी नेहाही हेच फोनवर म्हणाली. साधं वरण-भात करायलासुद्धा नको वाटतं. वरण-भाताच्या आठवणीनं पोर मिटक्या मारत होती. हा आळस नाही.... ही मरगळ आहे. ती वेड्यासारखी भाजी घेत सुटली. शेवटी पिशवी जड झाली, हाताला रग लागली. तेव्हा तिनं शेवटी घ्यायची वस्तू - टमाटे घेतले आणि ती घरी आली.

लॅच उघडून ती आत आली. तर आश्चर्याचा धक्का तिला बसला. नेहाही घरी आलेली होती. टीपॉयजवळ पाठमोरी उभी राहून ती काही करत होती.

"नेहा, तू आज एवढ्या लवकर?"

"हो ममा. म्हटलं, काका येणार. घर म्हणजे अगदीच बायकी होऊन बसलंय."

"बायकी...!"

"हो ना! अगं कुठेही साड्या, शांपू... कुठेही ब्रेसियर्स पडलेल्या. काका येणार म्हणजे थोडं ते आवरायला हवं ना?" नेहाच्या चेहऱ्यावरचा उत्साह पाहून अंजलीचाही उत्साह वाढला.

नेहा टीपॉयसमोरून बाजूला झाली.

"मॉम... बघ ना!"

पण तिनं म्हणायच्या आधीच अंजली त्या पुष्परचनेकडे पाहत राहिली. जरबेरियाची शेंदरी फुलं डौलानं त्या फ्लॉवर पॉटमध्ये सजून उभी होती.

"वा:!" डोळ्यांतलं पाणी रोखत अंजली उद्गारली. ही फुलं सुभाष नेहमी आणायचा. त्याला एकतरी फ्लॉवर पॉट सजलेला लागायचा. पण आज सुभाषची आठवण नाही काढायची. तो संपला आहे. अस्तित्वात नाही. त्याची आठवण म्हणजे मृत्यूची आठवण.

"छान केली गं फ्लॉवर अॅरेंजमेंट..!"

आता नेहा येऊन गळ्यात पडली. "आई,आणखी एक विचारते.रागावणार नाहीस ना?"

"तू कधीपासून माझ्या रागाची काळजी करायला लागलीस?"

"सॉरी... आई! माझं वागणं चुकतंय खरं..."

"बरं जाऊ दे ते! तू काय म्हणत होतीस?"

"आई, काका सिगरेट ओढतात का?"

"हो. अगं चेन स्मोकर होता. पण प्रियानं त्याची सवय कमी केली.."

"हं... आणि ड्रिंक्स?"

"क्वचित घेत असेल गं तो. तुझे बाबाही तर घ्यायचे क्वचित..."

''म्हणजे तसं ड्रिंक्सचं वावडं नाही ना घराला आपल्या? म्हणजे... एखाद्या दिवसासाठी.''

''का गं?'' अंजलीनं न समजून विचारलं.

''ममा, मी एक सिगरेटचं पाकीट आणि एक जिन आणली आहे...''

''कशाला?''

''अगं, काकांसाठी.''

अंजली पाहत राहिली.

ड्रिंक्स... म्हणजे जरा अतीच.

''नेहा... ड्रिंक्स कशाला गं?''

''आई, अगं 'जिन' म्हणजे लेडीज ड्रिंकच असतं. तुला वाटतं तसं ते चढतबिढत नाही.''

''आणि ते तू आणलंस?''

''हो. आमचा ग्रुपच गेला होता डिपार्टमेंटल स्टोअरमध्ये. कुणी काय काय घेतलं. काका येणार म्हणून मी हे घेतलं.''

''काय म्हणावं तुला? अगं, असल्या गोष्टी खरेदी करताना काही लाज...?''

''त्यात काय गं लाजबीज? विकत तर घेतल्या! प्यायले थोडी मी स्वत:?''

''अगं, तुझ्या मित्रपरिवाराला काही नाही वाटलं?''

''त्यांना काय वाटायचं? वेळप्रसंगी सगळेच थोडं...''

''नेहा...! कसं सांभाळावं ह्या पोरीला?''

''घाबरू नकोस. मी नसते घेत. एखादे दिवशी एखादा पेग घेतला, तर लगेच कुणी दारुडे होत नसतात. सगळा ग्रुप छान आहे गं आमचा. अगदी कूऽऽल.''

ही एक 'कूल' ची नवी भानगड. कोणतीही चांगलीही गोष्ट कूल. माणूस, ड्रेस, हवा, लेक्चरर, पिक्चर.... हे सगळं कूलमध्ये मोडणारं.

''आई, मी मस्त पापड तळून मसाला पापड तयार करेन आणि टोमॅटो सूपही. तू भाजी कर. ओके?''

''बरं...''

''हं, सांग आता टोमॅटो सूप कसं करायचं?''

''टमाटे चीर आणि कुकरमध्ये एक शिट्टी देऊन घे.''

''आई शिट्टी झाली.''

''बरं... ते टमाटे थंड झाले की मिक्सरमधून काढ...''

''ओके...''

अंजलीने फ्लॉवरचा रस्सा करायला सुरुवात केली.

"आईऽऽ, हे झालं... पुढे?"

"काय गं बाई... त्यापेक्षा मीच केलेलं परवडलं असतं ना गं, सारखं सांगत बसण्यापेक्षा..!"

"असं का गं मम्मी, मग मला तरी कधी येणार हे सर्व?"

"आल्यावर मला नंतर करून खायला घालशील, तर काही अर्थ त्या शिकण्याचा!" अंजली आपला मूड चांगला ठेवायचा प्रयत्न करते.

"आई... माय डियर मॉम..." टमाट्याच्या रसानं भरलेल्या हातानंच नेहानं तिला घट्ट मिठी मारली.

"हे बघ, दर रविवारी आपण सकाळी सूप करायचं."

"आपण!"

"आपण म्हणजे मी... ये वादा रहा." ती सिनेमातली पोझ घेत म्हणाली.

अंजलीला हसू आलं.

"बरं, बरं. बघू या तुझा वादाबिदा."

"वादा नहीं लेगा बिदा..."

"बरं. तुझं हिंदी खूप कूऽऽल आहे...बस? बरं, त्या टमाट्याच्या गराला गाळून घे. त्यात थोडं कॉर्नफ्लोअर टाक आणि उकळव."

नेहाची प्रत्येक हालचाल चैतन्याची लाट होती. स्वयंपाकघरात लहरत असणारी. हे तिचं रूप आपण कधी पहिलं नव्हतंच. तिचा असा मूड... कदाचित रमेश येणार म्हणूनच.

अंजलीनं नेहमीप्रमाणे देवाच्या तसबिरीपुढे उदबत्ती लावली. पण स्वत:च्या नकळत तिनं दोन उदबत्त्या पेटवल्या. एक उदबत्ती हॉलमधे लावली.

"व्हॉव! एक उदबत्ती देवासाठी... एक आपल्यासाठी." नेहाच्या बोलण्याचं तिला हसूच आलं.

बेल वाजली.

रमेशशिवाय आणखी कुणीही नसणार, हे दोघींनाही माहिती होतं.

नेहानं धावतपळत दार उघडलं.

"वेलकम काका!" नेहानं रमेशच्या हातातली बॅग आपल्या हाती घेतली.

रमेश कौतुकानं हसत आत आला.

"अगं, वेलकम काय करतेस... पाया पड काकांच्या!" अंजली रागानं म्हणाली.

नेहा वाकायच्या आधीच रमेशनं तिला एका हातानं किंचित जवळ घेतल्यासारखं

केलं.

"असू दे."

"काका, सकाळपासून वाट पाहत होतो आम्ही."

"अगं, मी साडेआठ,नऊपर्यंत येणार सांगितलं होतं अंजूला. काय गं अंजू?"

"अहो काका... आम्ही म्हणजे... टमाटे सूप.. ही फुलं... फ्लॉवर... पापड... उदबत्ती."

रमेशनं चटकन अंजलीकडे पाहिलं.

"आता त्याच्याशी मला बोलू देतेस का?" अंजलीने नेहाला म्हटलं.

"बरं बाई बोल... हं !" नेहा दिवाणावर बसली. आई आणि काका काय बोलतात, हे जणू ती ऐकणार होती.

अंजलीकडे पाहता पाहता रमेशचे डोळे गढुळले.

"प्रिया गेल्यावर पहिल्यांदाच भेटतोय आपण."

अंजलीचा चेहरा रडं रोखल्यानं काहीसा लाल झाला.

"हं... ती गेल्यावर मी येणार होते... पण मला हे मृत्यूचं दु:ख नाही सहन होत. मी तर सुन्नच झाले होते काही दिवस... आपल्या व्यक्तींचे मृत्यू.." तिचे शब्द संपले होते. डोळ्यांतलं पाणीच बोलू लागलं.

"काका, चहा आणू?" नेहाला तो मूड बदलायचा होता.

"नको नको... या वेळी.."

"म्हणजे जेवायचंय ना?"

"हो..."

"काका, एक गंमत करू या?"

"हं...?"

"मी पापड तयार केलेत मस्त..."

"म्हणजे कसे?"

"हॉटेलात असतात तसे. कांदा-कोथिंबीर घालून."

"वा!"

"आणि सोबत..."

"नेहा!" अंजलीनं तिला थांबवायचा प्रयत्न केला.

"अगं बोलू दे ना तिला. मी काही परका आहे का तुमच्यासाठी?"

"मी पण तेच म्हणते काका. काका, मी आज तुमच्यासाठी 'मिसचिफ' आणलीय. बाबा पण असे महिन्यातून एकदा कधीतरी घ्यायचे. तुम्हाला आवडेल

घ्यायला?''

क्षणभरच अंजलीनं आणि रमेशनं एकमेकांकडे पाहिलं, त्या मिसचिफचं कारण नेहा नकळत बोलून गेली होती.

दुसऱ्या क्षणी रमेशनं मनमोकळं हसत म्हटलं,

''नेहाबाई, तुमची मिसचिफ आता चालवूनच घ्यावी लागेल. आणा, आणा लवकर.''

नेहा पळतच आत गेली.

''तिच्या मनासारखं होऊ दे अंजू... आणि प्रियाचा विषय नको काढायला आता.'' रमेश पुटपुटला.

तेवढ्यात नेहा सर्व साजसरंजाम घेऊन आली. ग्लास, पापड, दाणे. सोबत सिगरेटचं पाकीट.

''अरे बापरे! एवढी सगळी तयारी?''

नेहा हसली.

आणि अंजलीला आठवून गेलं-हे असंच सगळं सुभाषला लागायचं. पाच वर्षांपूर्वी नेहा असेल सतरा वर्षांची पण आजही तिनं ते लक्षात ठेवलं!

रमेशनं एक सिप घेतला.

आज किती दिवसांनी ही सगळी साग्रसंगीत तयारी करून मिळाली होती. आपणही कधी तरी घरी ड्रिंक्स घ्यायचो. प्रियाला ड्रिंक्स घेतलेलंच आवडायचं नाही. ''पण घ्यायचंच तर घरी ये बाबा, ते हॉटेलमध्ये घेऊन घरी येणार उगाच मध्ये ॲक्सिडेंट वगैरे...'' प्रिया.

''तू पण ना प्रिया, अगं चेंज म्हणून एखाद् दुसरा पेग घेतो मी. तुला काय वाटतं, मी झिंगून पडेन की काय?''

''पण हा चेंज हवाच कशाला?''

''बरा वाटतो चेंज...''

''आणखी कोणकोणते चेंज बरे वाटतात?''

प्रियाचा खोचक प्रश्न. आपलं हसणं. प्रिया गेल्यापासून ती ड्रिंक घ्यायची मजा संपली.

ड्रिंक घ्यायचे म्हणजे समोर कुणी तरी 'पिऊ नको पुरे आता' म्हणणारं हवं तर मजा. नाहीतर काय आपलं ड्रिंक चुपचाप घेतलं... ते चढलं... बस... ह्याखेरीज काय?

''पुरे हं, जास्त घेऊ नकोस, रमेश.'' आपल्या बायकोची प्रिय मैत्रीण हे सांगतीय.

''अगं, आता तर कुठे एक पेग घेतला. मिसचिफची पूर्ण बाटली संपवली तरी ती चढणार नाही आणि मी काही मिसचिफ करणार नाही हे निश्चित. जंटलमन्स वर्ड...''

''तू पण ना नेहा...!''

''डोन्ट वरी मॉम.''

''ड्रिंक्स घेतल्यानंच मजा येत असते का? इतर मजा, इतर धुंदी नसतेच का?''

पापडाचा तुकडा तोडता तोडता रमेश हसू लागला.

''तुला काय झालं रे हसायला?'' अंजलीनं फणकारून विचारलं.

''नेहा बेटा, तुला एक गंमत सांगतो. प्रत्येक स्त्री काही विशिष्ट प्रसंगी अगदी एकसारखं बोलते. ती प्रिया... मला टाकून गेलेली बाई... असंच म्हणायची. 'धुंदीसाठी अल्कोहोलची काय गरज आहे, अरे रमेश? मला तर वारा, हा मावळता सूर्य, पण चढतो. एखादं छान गाणं ऐकलं, की मी झिंगते.' बाई सदा फिलॉसॉफीत बोलायची. फिलॉसॉफीत बोल किंवा साधं बोल... बायकांची भाषा एकच.''

''अंकल, मीसुद्धा बाईच आहे बरं.''

''अंहं! तू एक कोकरू आहेस अजून हुंदडणारं.''

''अंकल, मी पापड आणते हं.'' ती पटकन उठून आत गेली.

''अरे, एवढे पापड इथे आहेत तरी...''

''जाऊ दे रमेश तिला आत. तिला सुभाष कोकरूच म्हणायचा. तुम्ही पुरुषसुद्धा विशिष्ट प्रसंगी, व्यक्तिपरत्वे सारखीच भाषा बोलता आणि कधी कधी असं रडवता.''

''सॉरी अंजली! पण आम्हाला काय रडू येत नाही होय. डोळ्यांतून पाणी आलं कीच रडणं असं असतं का गं? आज एक वर्ष झालं मी रडतोय. फक्त पुरुषांच्या डोळ्यांतल्या पाण्याला गुरुत्वाकर्षणाचा नियम लागू पडत नाही. त्यातही प्रियासारखी स्त्री लवकर विसरता येण्यासारखी असते? तू तर ओळखतेस तिला.''

''हो खरंय तुझं. प्रिया ती प्रियाच. तिला विसरता येणं खरंच अवघड आहे.''

तेवढ्यात नेहा बाहेर आली.

ओलसर गालांची कांती वाढल्यासारखी वाटत होती. डोळ्यांच्या कडा किंचित लाल.

''या... असा एखादा घोट घ्यायचाय मिसचिफचा?''

''नको अंकल. मला कधी प्यावं अशी उत्सुकता वाटलीच नाही.'' तिचा

स्वर प्रामाणिक होता.

अंजलीचा एक मिनिटासाठी अडकलेला श्वास मोकळा झाला.

त्या निश्वासाला जाणवून "बघ ती, तिचा श्वासच अडकला होता माझ्या प्रश्नाशी... बघ बघ." तिच्याकडे निर्देश करत रमेश हसू लागला.

"तू म्हणजे ना..." अंजली कृतक्कोपाने म्हणाली आणि बोलता बोलता तिनं सोफ्याची उशी उचलून रमेशला फेकून मारली.

"ओ! वाचव नेहा.. प्लीज हेल्प मी. डायल वन झीरो झीरो." रमेश हसत ओरडत म्हणत होता.

तिघंही हसत होते.

हे दृश्य पाच वर्षांपूर्वी आपण आपल्या घरात अनेकदा पाहिलंय, हे नेहाला स्पष्टपणे जाणवत होतं.

"वाः! जेवण मस्त झालं हं. अगदी थ्री स्टार हॉटेलचा थाट होता. मसाले पापड, सूप,पनीर गोबी.. वा!"

"रमेश, उद्या नाश्त्याला काय करू?"

"उद्या त्या सेमिनारमध्ये नाश्ता-जेवण सर्व आहे, पण नाश्ता मी घरी करणार. मस्तपैकी मटकीची उसळ कर... आणि रात्रीचं जेवण आपण बाहेर जाऊन करायचं. प्रोग्रॅम ठरला. काही चेंज होणार नाही."

नेहानं पटकन मोबाईल लावला.

"हाय निकी."

"हाय.."

"निकी उद्याचा रात्रीचा आपला प्रोग्रॅम ठरलाय ना, त्याला मी काही येऊ शकणार नाहीये."

"व्हाय बेबी?"

"माझे अंकल आलेत. आम्ही मस्त बाहेर जाणार आहोत."

"अंकलबरोबर काय मस्त? ते काय डिस्कोत वगैरे...?"

"चूप रे! तुला काय कळणार आमच्या अंकलचं. वेळ आली तर ते दोन-चार स्टेप पण करतील. दॅट वे ही इज स्मार्ट अं! चल ठेवते."

एका मिनिटात नेहाने आपला उद्याचा कार्यक्रम कॅन्सल केला ह्याचं अंजलीला आश्चर्य वाटलं. ह्या पाच वर्षांत असं कधी झालं नव्हतं. किती आपण रागावलो, नाराजलो, कधी तब्येत नरमगरम असतानाही असं घडलं नव्हतं.

"नेहा, जायचं होतं तू तुझ्या मित्रमंडळींबरोबर." रमेशनं म्हटलं.

"नाही अंकल. मी तुमच्याबरोबर येणार." नेहा अगदी लहान मूल झाली

होती.

आज सकाळ झाली तीच उत्साही वृत्तीने. अंजली उठली. तिनं बाहेरच्या हॉलमध्ये डोकावलं. रमेश झोपलेला होता. ती बाथरूममध्ये गेली, ती अंघोळ करूनच बाहेर आली. बाहेर आली तर चांगलाच धक्का तिला बसला.

नेहा आपल्या रूममधून तयार होऊन बाहेरच्या हॉलमध्ये फ्लॉवरपॉटमधलं पाणी बदलत होती. नेहा म्हणजे साक्षात् चैतन्य जाणवत होतं. मोकळे सोडलेले खांद्यापर्यंत केस, तिचा मिडी, टॉप... हालचालीतला चटपटीतपणा.

''एवढ्या लवकर तयार झालीस?'' हळूच अंजली आश्चर्यानंच पुटपुटली. नेहा मस्त हसली.

''हो. पण हे काका बघ ना अजून झोपलेत. ते उठले की चहा मी करणार हं...!''

''दर दिवशी आपण एकदम तीन कप चहा करतो. आपण चहा घेऊन थर्मासमध्ये भरून ठेवतो. आठ-साडेआठला नेहा आळसात उठते. उरलेला चहा घेऊन टाकते. मग तिचं ते टी. व्ही. चॅनेल शोधणं.. एखादी आकर्षक न्यूज ऐकली तर ती ऐकणं... नाहीतर एखादा म्युझिक चॅनेल लावणं. इकडे आपली धांदल. हे कर ते कर म्हटलेले आपले शब्द तिच्या कानात कधीच गेलेले नसतात. आज मात्र..''

''ए ममा, साडेसात झालेत. काकांना दहा वाजता पोचायचंय.. मी उठवते त्यांना.''

''अगं, झोपू दे त्याला. रात्री घेतलीय.''

तर पांघरुणाआडून जड शब्द बाहेर पडू लागले.

''मी जागा आहे. चहा हवा आहे.''

''काका उठा... तोंड धुवा, चला.''

''अगं, बेड टी.''

''नो बेड टी. तोंड धुतल्याशिवाय चहा पिणं हायजिनिक नसतं.. उठा...''

नेहानं आता रमेशचा हात धरून ओढत त्याला उठवलंच आणि पाठीकडून ढकलत बेसिनपर्यंत नेलं. रमेशही जणू पायांतली शक्ती गेल्यासारखा धपक धपक चालत होता.

''अगं, काय हे नेहा...

''एवढी मोठी झालीस. असं वागणं शोभतं का तुला, आँ?''

रमेशनं अंजलीच्याच स्वरात वाक्य पूर्ण केलं आणि नेहाकडे टाळीसाठी हात पुढे केला. नेहानं टाळी दिली.

आता त्यांच्या हसण्यात अंजलीही सामील झाली.

"काका, तुम्ही ब्रश करा. मी चहा करणार आहे आज!"

"तू चहा करणार मे गॉड सेव्ह मी!"

"काकाऽऽऽ!"

रमेशचं तोंड धुणं होईपर्यंत खरोखरच नेहानं चहाचा ट्रे टेबलावर आणला. पूर्ण सेट तिनं तयार केला होता. शुगर पॉट, मिल्क पॉट, टी पॉट... सोबत तीन चार प्रकारची बिस्किटं.

"रमेश, अरे ही पोर नेहमी अशी का नाही रे वागत?" अंजलीनं रमेशकडे कौतुकानं तक्रार केली.

"नेहा..., इंग्लंडमध्ये असल्यासारखं वाटतं अगदी."

"काका, घरात सर्व आहे; पण बाबा गेल्यानंतर कुणी आलंच नाही घरी. आज चान्स आला ह्या टी सेटला. आता मी अगदी पिक्चरमध्ये दाखवतात तसा चहा तयार करते. हिरॉइन करते ना तशी... अंकल, शक्कर कितनी?" नेहानं किंचित मान तिरपी करून डोळे कोपऱ्याकडे नेत विचारलं.

"एक चम्मच..."

"दूध?"

"आता दूध किती ते कसं सांगायचं? पिक्चरमध्ये साखरच विचारते हिरॉइन..."

"मम्मी, तुला?"

"ए चल, सरळ हो बाई. तू ते हिरॉइनसारखं वागलीस, तरी मला काही हिरॉइनची अति प्रेमळ किंवा अति दुष्ट सावत्र आई होता यायचं नाही."

आयता चहा घेता घेता अंजलीलाही बरं वाटत होतं. सोबत बिस्किटं, चीज, बाईट.

"मम्मी, आज ब्रेकफास्टमध्ये सँडविच नको हं!"

"मग काय करू सांग?" अंजलीनं विचारलं.

"अंकल, तुम्हाला काय आवडेल?"

"हंऽऽऽ, मला ऽऽऽ अंजू, लोणचं आहे घरात?"

"लोणचं! काका पाच वर्षांपासून ते आमच्या घरातून कालबाह्य, हद्दपार झालंय."

"डोन्ट वरी... अंजू, वर्षभरात थालीपीठ खाल्लं नाही. वर्षभरात ते माझ्या घरातून कालबाह्य-हद्दपार झालंय तर... थालीपीठ कर. नेहा, तू जरा बऱ्यापैकी कपडे घाल. आपण पटकन जवळच्या स्टोअरमध्ये जाऊन येऊ. बटर आणि लोणचं आणून घेऊ या. थालीपीठासोबत... वा!" रमेशनं मिटकी वाजवली.

''माझ्या तर तोंडाला पाणी सुटलंय आत्ताच. कम ऑन बेबी. गेट रेडी. अंजू, आम्ही येतोच हं लगेच..'' पटकन चहा पीत रमेश म्हणाला.

अंजू उत्साहानं उठली. तिनं कांदा चिरायला सुरुवात केली.

''चला, आज डब्यात हेच नेता येईल.'' ती पुटपुटली. नेहा, रमेश बाहेर गेल्यावर अजून रात्रीचं गबाळ्यासारखे नाईट सूट घातलेलं असावं तसं पेपर, चादरी बिदरी पडलेलं घर पटापट आवरलं. पुस्तके जागच्या जागी ठेवली. टी. व्ही., टी. पॉय पुसला.

आतल्या खोलीत रमेशनं नुकताच बदललेला पायजमा तसाच पडला होता. ''हे पुरुष म्हणजे नं..'' तिनं कुरकुरत पायजमा उचलला. घडी करून रॉडवर टाकला.

एवढं होईपर्यंत दाराशी नेहाचं आणि रमेशचं जोरात बोलणं आणि खिदळणं ऐकू आलं. पाठोपाठ बेल वाजली.

''बेल वाजवायची गरज नव्हती. एवढ्या जोरानं तोंड वाजवत आलेत!'' रागाचं नाटक करीत ती म्हणाली.

''अगं, इतके मस्त जोक्स सांगितलेत काकांनी! मी त्या निकीला एसेमेस करून टाकते.''

थोड्याच वेळात थालीपीठाचा खमंग वास दरवळायला लागला. आता तिघांच्याही बाहेर पडायच्या वेळा आल्या.

''नेहा, अंजू... मी सहा वाजेपर्यंत घरी परत येईन. तुम्ही दोघी पोचाल ना तोवर?''

''अंकल, मी पाचलाच घरी येते. आईलाच यायला साडेसहा होतात.''

''मी येते आज लवकर. पण काय गं नेहा, काकांना मोठी सांगतेस की पाचला येते; मी घरी आले तरी तुझे पाच वाजलेलेच नसतात. रमेश, अरे ह्यांचा सगळा ग्रुप कुटाळक्या करत बसतो.''

अंजूनं तक्रार केली.

''का गं नेहा आं...? बरं जाऊ दे अंजू. आज आपण तिघं मिळून कुटाळक्या करायच्या.''

''तू पण ना रमेश... ती एक डोक्यावर बसलेली.''

''चल गं अंजू... थोडी मजा करू. लांब चेहरे करून किती बसायचं? तिचे मजा करायचे दिवस आहेत.''

''हो ते खरंच म्हणा. ते दिवस आपल्या आयुष्यातून हद्दपारच झालेत..'' अंजू पुटपुटली.

नेहमीचं आठ तासांचं ऑफिस; पण आज ते आठ तास पंख लावून उडाले. तिघंही थोड्याफार फरकाच्या अंतरानं घरी पोचले.

"चला, लवकर तयार व्हा..."

"रमेश, आता तर सहा वाजताहेत. जेवण साधारण आठला..." अंजू.

"अंहं अंजू. लगेच निघायचं. माझं बाजारात थोडं काम आहे."

"बरं..."

अंजू-नेहा तयार झाल्या. नेहाची जीन आणि थोडा डीप गळ्याचा टॉप स्लीव्हलेस.

तो टॉप पाहून अंजलीच्या डोळ्यांत नापसंती तरळली.

रमेशनं ती नाराजी हेरली.

"नेहा, एक सजेस्ट करू?"

"हां अंकल?"

"टॉप दुसरा घाल ना!"

"झालं तुमचं आईसारखं सुरू?"

"अंजू, आईचं मला माहिती नाही. पण तू गव्हाळ गोरी आहेस. तुला थोडा गडद रंग आणखी खुलेल. डीप डार्क कलर... म्हणजे मरून, नेव्ही ब्लू... बॉटल ग्रीन ह्या टाइपचे. गव्हाळी रंगाचं हे विशेष आहे. यू आर लकी दॅट यू हॅव सच अ गुड कॉंप्लेक्शन."

आता तर काय नेहाच्या अंगात उत्साह भरला.

तिनं पाच-सहा टॉप रमेशपुढे ठेवले.

"अंकल, ह्यांतला कोणता?"

रमेशनं सगळे टॉप पाहिले. त्यांतला अंजूला कोणता आवडेल याचा विचार करून तो नेहाच्या हाती दिला.

"हा तुला खूप छान दिसेल. स्मार्ट टॉप आहे हा."

"मी आले पाच मिनिटांत." नेहा वर गेली.

अंजलीनं एक सुस्कारा सोडला.

"थँक्स रमेश...! पण तुला कसं कळलं, मला कोणता ड्रेस आवडेल आणि कोणता नाही ते..."

रमेश किंचित हसला.

"अंजू, तू आणि मी एकाच पिढीचे आहेत. आपली आवडनिवड सारखीच असणार. पण नेहा पुढच्या पिढीतली आहे. तिची आवड आपल्यापेक्षा वेगळी असणार."

“हं... वेगळी असू दे रे, पण हे असं एक्सपोज करणं स्वत:ला....”

“हो, नाही चांगलं वाटतं. पण.. ती एकटीच आहे का अशी? तिच्या वयाच्या सर्वजणी... मी बघतो ना. अंजू, खरंतर बघायलाही आवडत नाही. पण हा ट्रेन्ड..”

अवघड विषयावर दोघं बोलत होते.

एका मुलीच्या कपड्यांवर.

“सुभाष असता तर त्याचा धाक राहिला असता. मुलं वडिलांचं जास्त ऐकतात. मला तर ही दाद देत नाही. आता तू नसतास आणि तो टॉप बदल असं मी म्हटलं असतं, तर तिने केवढा विरोध केला असता. अगदी तांडवच. घरात पुरुषाची कमतरता खूप जाणवते...”

“पुरुषाचीच का? घरात स्त्रीचीही कमतरता जाणवतेच ना!..” तेवढ्यात नेहा टॉप बदलून बाहेर आली.

“अंकल... आता?” तिनं विचारलं.

रमेशनं तिला न्याहाळलं आणि डोळे छान या अर्थानं मोठे केले.

“एकदम कूल.” तो म्हणाला.

“चले फिर.” तिघं बाहेर पडले.

रमेशचं शॉपिंग दहा मिनिटांत उरकलं. शोकेसमध्येच एक छानशी साडी दिसली. ती त्यानं घेतली आणि एक ड्रेस मटेरियल.

“हे तुम्हा दोघींसाठी.”

“रमेश, अरे कशाला... छे... छे!”

“प्लीज अंजू, असू दे. मला बरं वाटतं म्हणून हट्टानं साडी घ्यायला लावणारी वर निघून गेली. एका व्यक्तीच्या जाण्यानं आयुष्यातल्या लहानसहान गोष्टींचे कितीतरी कप्पे बंद होतात. एक प्रिया गेली साड्या खरेदी करणं, खरेदी करून आणलेली बदलून दुसरी आणणं... मग त्यावर माझं तिला चिडवणं, हे सगळंच संपलं. आज माझ्या आवडीच्या रंगाचीच साडी शोकेसमध्ये दिसली. माझी आवड तुझ्यावर लादली.”

“नाही रमेश, साडी खूप छान आहे आणि मला ती छानही दिसेल. पण सोबत ब्लाऊजपीस पेटीकोटही मॅचिंग लागतं बरं का!” रमेशला हवी असणारी भाषा अंजली बोलू पाहत होती.

“तुम्ही बायका म्हणजे ना.. एवढं काय मॅचिंगचं?”

“पांढरी काळी ब्लाऊजेस शिवून घ्यायची. कशावरही मॅच होतात.”

“नाही हं अंकल, आम्ही बायका काही तुम्हा पुरुषांसारख्या नसतो. आम्हाला सौंदर्यदृष्टी जास्त असते. त्यामुळे मॅचिंग वगैरे आम्हाला लागतंच.”

“अच्छा, म्हणजे आईची वकिली तर आता! मग काय मी हरणार! जाऊ द्या. घेऊ या मॅचिंग! पण नेहा पुरुषांना सौंदर्यदृष्टी नसते, असं मात्र नाही. इतर सौंदर्य कळेल न कळेल; पण एका स्त्रीच्या ठिकाणी असणारं सौंदर्य पुरुषाला निश्चितपणे कळतं.”

“आणि ह्या स्त्रीसौंदर्य कळण्यावरून तुझ्यात आणि प्रियात कितीदा भांडणं झाली होती!”

“भांडणं? अगं, जाम वचकच होता. पण अंजली, ह्या भांडणांतून पण आनंदच मिळतो. अगं, खूप प्रेम करणारी व्यक्तीच संशय घेण्याइतकी सजग असते. नाहीतर नवऱ्याला कर तिकडे काहीही, फक्त महिन्याच्या महिन्याला पगार मजजवळ दे, एवढंच नातं उरलेली जोडपीही आपण बघतोच की! आता संपलं सगळं. बंधनात एवढं असतं, हे ते बंधन संपल्यावर कळतं.”

“अंकल, आज आपण जेवणात काय मागवायचं? मला वाटतं, मस्तपैकी स्टार्टर्स मागवूनच पोट भरायचं. मेन कोर्स नकोच.”

“हे एक आणखी नवंच बरं का रमेश. सरळ जेवण मागवायचं ते नाही. आधी सूप मग स्टार्टर्स... मग आपलं चाखतमाखत एवढंसं जेवण.. शेवटी डिशेस... काय काय बदलतं!”

“बदलतं? अगं, आमूलाग्र बदलतंय म्हण. सुखाच्या अनेक वाटा ही पिढी शोधतेय. हॉटेलमध्ये गेल्यावर रसनेचं सुख किती प्रकारचं असावं, त्याचं प्रत्यंतर पिढीबरोबर गेल्यावर कळतं. आपण आपले उडपीत जाणारे. किंवा हॉटेलमध्ये गेल्यावर मलाई कोफ्ता हा मोठ्ठा पदार्थ मागवणारे. पण त्या पिढीचं ते चायनीज, हराभरा कबाब, चिकन टिक्का, मटन रोस्ट...”

“अंकल, अंकल.. नका ती नावं घेऊ, जाम भूक लागतेय. हॉटेलमध्ये गेल्यावर तुम्ही जे जे आत्ता म्हटलंत ना, ते ते सर्व मागवायचं.”

“नेहा!” अंजली संकोचून काहीशी चिडूनही म्हणाली.

“अंकल...” रमेशचा हात पकडून लहान मुलासारखं त्या हाताला बिलगत नेहा उदगारली. अंजलीच्या बाजूनं ती रमेशच्या पलीकडच्या बाजूला गेली होती.

अंजलीला आठवलं. ही नेहाची आधीपासूनची सवय. अशीच ती सुभाषला बिलगायची. हवं ते करून घ्यायची. आज किती दिवसांनी तिची ही लकब आपण बघतो आहे. किती दिवसांनी नाही; चार वर्षांनी.

अंजलीचा गळा भरून आला.

"येस माय चाइल्ड. हे सर्व आपण मागवायचं. तुझ्या आईकडे अजिबात लक्ष द्यायचं नाही."

"य्ये य्येऽऽ" नेहाने हवेतच आपल्या मुठी मारून आपण जिंकलो, हे जाहीर केलं.

दुसऱ्या दिवशीची सकाळ उदासीनच उगवली. आज रमेश सकाळी दहाला जाणार.

सगळं घर गप्प राहून कामं उरकत होतं.

"काका, तुमचा रुमाल.. सॉक्स..." नेहा एकेक वस्तू आणून देत होती.

"रमेश, तुझ्याबरोबर धपाटे देतेय हं." - अंजली.

"अगं, कशाला त्रास घेतलास? गाडीत पँट्रीकार आहे ना!"

"हो, पण त्यात धपाटे मिळतात का?"

"तेही खरंच."

"काका, सँडविच करून देऊ?" - नेहा.

"दे लोणी जरा जास्त लाव. आणि हो, फ्रीजमधून एक पाण्याची बाटली आठवणीनं दे."

आता अगदीच नऊ वाजले.

"काका, आय ॲम सॉरी. मला जायला हवं. माझं ऑफिस.." नेहानं म्हटलं.

"जा, जा. ऑफिसची वेळ पाळ. मीही दहा मिनिटांत निघतोच आहे." रमेश तिच्याकडे पाहत म्हणाला. नेहानं दृष्टी चोरली.

"आई, मी निघाले गं." म्हणत ती पसार झाली.

"काय ह्या पोरीला म्हणावं? पायाही पडली नाही."

"अंजू, नवीन पिढीची चाल जाणून घे. त्यांच्या पायात वेग सामावलाय. आपलाच वेग कमी पडतो आणि मग एक अंतर निर्माण होतं, ज्याला आपण जनरेशन गॅप म्हणतो."

"आणि... रमेश... आपल्याला कोण समजून घेणार?" अंजूच्या नकळत डोळ्यांतून अश्रू बाहेर आले.

"तू आलास, घर भरून गेलं. एक पुरूष घरात किती आवश्यक असतो! नाही तर नेहा अन् मी दोन दोन दिवस एकमेकींना दिसतही नाही. मी जाताना ती झोपलेली असते आणि संध्याकाळी घरी आली, की तिचं ते म्युझिक आणि ती. कधी ब्रेडबटर खा तर कधी खिचडी. पण तू आलास आणि आमच्या भेटी झाल्या."

रमेशनं एक सुस्कारा सोडला.

“आणि मीही केवढा रुबाब केला तुम्हा दोघींवर. बरं वाटत होतं दोघी माझ्यासाठी धडपडताना बघून. आपल्यासाठीची लगबग, आपला आधार घेणं... हे सगळं स्त्रीकडूनच मिळणार! हे सगळं केवढं परस्परपूरक!”

रमेश अधिक न बोलता गप्प बसला.

शेवटी त्यानं बॅग उचलली.

“जातो मी अंजू.”

“जातो म्हणू नये. येतो म्हणावं आणि तसंच वागावंही... पुन: ये. चेंज म्हणून ये.”

रमेश घराबाहेर पडला.

घराचं मोठेपण, रिकामेपण अंजलीला जाणवून गेलं.

रमेश स्टेशनवर पोचला. हातातल्या बॅगला ओढ बसली. पाहिलं तर नेहा.

“नेहा? अगं तू ऑफिसला...”

“काका, मी घरी तुम्हाला निरोप देऊ शकले नसते. आईमुळे मी स्वत:ला मोकळी करू शकले नसते. आई कोंडलेली असताना मी!” आणि आता मात्र नेहाला राहवलं नाही. ती रमेशच्या कुशीत शिरली. डोळ्यांतलं पाणी मुक्तपणे वाहत होतं. रमेशचेही डोळे पाणावले.

“पिल्लू रडतंय?”

“हो. आणि का ते तुम्हाला माहितेय. काका, प्लीज जेव्हा वेळ मिळेल तेव्हा येत जा. प्लीज काका, आमचे घर अपूर्ण आहे तुमच्याशिवाय. एका पुरुषाशिवाय. आणि मला माहितेय काका, तुम्ही पण अपूर्ण आहात आमच्याशिवाय. आईचं एकटेपण मी पाहू शकत नाही. म्हणून मी तिच्यापासून दूर पळते. खरंतर मी सोबत करायलां हवी तिला. पण तसं होत नाही. मी कृतघ्नासारखी वागते. कारण तिच्यासमोर गेलं की आपणही एकटे आहोत, ह्याची जाणीव होते. तुम्ही आलात, हट्ट केला, भांडले, चिडवलं. हसवलं तुम्हाला, तिला आणि मला स्वत:लासुद्धा. घरात बाबा असते, किंवा मला एखादा भाऊ असता, काका असते, तर मी असंच वागले असते ना! तुम्ही तसेच वागलात काका, ह्या दोन दिवसांत अपूर्णपण पुसलं गेलं... पण कधी ते ग्रासून आलं, तर मी हाक मारली की याल ना? सांगा ना?”

“हो बेटा, मलाही कधी अशीच गरज पडली आणि तर मीही येईन ... येऊना?”

“काका!”

नेहाला हसूही येत होतं, रडूही आवरत नव्हतं.

आता गाडीनं शिट्टी दिली.

''काका, बसा आत... आणि एक मिनिट हं..''

म्हणत ती त्याच्यासमोर वाकली. त्याच्या पावलांना स्पर्श केला.

''घरी मुद्दामच पाया पडले नाही. तेवढ्यासाठी स्टेशनवर आले... काका, चढा. गाडी हलली.''

रमेश डब्यात चढला.

गाडी हळूहळू दृष्टीआड होत गेली.

पण त्या गाडीत गेलेल्या व्यक्तीचा बराच अंश स्टेशनवरच्या व्यक्तीमध्ये रेंगाळला होता.

◆

३. पार्थिव अपार्थिव

त्यानं तिला पाहिलं आणि तो पाहत राहिला. पहिल्यांदाच असं घडलं होतं, की आभूषणाचं सौंदर्य एका सौंदर्यवतीमुळे वाढलं होतं. तिच्या नाकातली गोल नथनी, तिच्या ओठांच्या कडेवर आणि गालावर स्थिर झाली होती. ओठांच्या कडेची एक जीवघेणी मुडप क्षणाकरिता त्या नथनीआडून दिसत होती. बघणाऱ्याला त्या नथनीची चीड येत होती. बाजूला करा ती नथनी आणि पाहू दे ती 'मुडप'! डोळ्यांतल्या काजळापेक्षाही काळेभोर डोळे, काजळाला तुझ्यात तेज नाही म्हणून लाजवत होते.

केसांत माळलेल्या फुलांपेक्षाही तिची कांती नाजूक अलवार होती.

तो पाहत राहिला आणि नकळत स्वत:ची आणि तिची तो तुलना करू लागला. आपलं शिसवी लाकडाचं असल्यासारखं शरीर. बलदंड स्नायू, पुरुषी देखणेपण.. शंभरजणी आपल्यावर भाळतात. पण जीव कुरवंडी करून टाकावा असं लावण्य आजवर आपण पाहिलं नव्हतं. ते आज पाहिलं.

तिनं आपल्या तोंडातला विडा चघळला.

त्यानं चमकून पाहिलं. तोंडातला विडा...!

तेवढ्यात भोई आले. ती पालखीत बसली. भोयांनी पालखी उचलली.

ती तिथून गेल्याक्षणी गजबजलेला बाजार रिकामा झाल्यासारखा त्याला वाटला.

ती गेल्या दिशेला तो पाहत राहिला. ''ती इथल्या सर्वांत श्रीमंत व्यापाऱ्याची गणिका आहे. तू एवढं तिच्याकडे पाहणं तुझ्यासाठी योग्य ठरणार नाही. म्हणजे त्यात काही अर्थ नाही.''

त्या माणसाच्या शब्दानं तो भानावर आला.

''एवढं लावण्य मी प्रथम पाहिलं.''

''हं.. मी जेव्हा तिला प्रथम पाहिलं, तेव्हा माझेही डोळे असेच दिपून गेले होते.''

''होते म्हणजे...?''

''म्हणजे... आता ते सौंदर्य सवयीचं झालं. कोणतीही गोष्ट सवयीची झाली, की तिच्यातलं वैशिष्ट्य संपून जातं.''

''मग त्या व्यापाऱ्याला तिच्यात अजूनही स्वारस्य का वाटावं?''

''हं.. त्याच्या अनेकांपैकी ती एक आहे. पण तिचं स्थान मौक्तिक हारातल्या मधल्या हिरेजडित पदकासारखं आहे. तिच्यासारखं सौंदर्य आपल्या आश्रयाने आहे. आपल्या हक्काचं आहे, ही त्या व्यापाऱ्यासाठी प्रतिष्ठित गोष्ट आहे. म्हणून तो व्यापारी आपल्याजवळचे इतर मोती उधळून टाकतो. पण तो हिरा सांभाळून ठेवतो. अरे, बाजूला हो. तो आलाच बघ व्यापारी. बघ त्याचा थाट.''

त्यानं वळून पाहिलं.

तो व्यापारी मेण्यातून येत होता. त्याच्या मेण्याच्या अवतीभवती भाले घेतलेले काही लोक होते. त्याच्या चेहऱ्यावर आपल्या श्रीमंतीचा एक उद्दाम भाव होता, सुखासीनतेनं शिथिल झालेलं, सैलावलेलं शरीर, ओसरतं तारुण्य आणि चेहऱ्यावरचे गर्वोन्नत भाव यांमुळे त्याच्याकडे फार काळ पाहावं, असं कुणालाही वाटत नसावं.

त्याच्याही चेहऱ्यावर तेच भाव साकारले.

"चल, असा बघू नकोस तू त्याच्याकडे. त्या शरीराचं एकमेव कार्य ठरलेलं आहे. भोग घेण्याचं. अनेक तऱ्हांचे भोग. पचेंद्रियांना सुखावणारे आणि ज्ञानेंद्रियाला निद्रिस्त करवणारे भोग. सगळा ओशटपणा त्याच्या ठायी भरला आहे." तो अनाहूत माणूस बोलत होता.

"मग ते असामान्य सौंदर्य त्याच्या आश्रयाला का राहिलं आहे?"

अनाहुतानं त्याच्याकडे पाहिलं.

"दहा हाती जाण्याऐवजी स्त्री कुणा एकाच्या आश्रयानं राहणं पसंत करते. त्यातही ही गणिकेची मुलगी. गणिकेच्या मुलीशी कोण लग्न करणार? शेवटी असामान्य सौंदर्य हासुद्धा शाप ठरू शकतो. ते सौंदर्यच मर्यादा घालतं. स्त्रीच्या बाबतीत तिचा कोणताही गुण तिच्या मर्यादेचं आणि मर्यादा पाळली नाही तर घाताचं कारण ठरू शकतो."

बोलण्यातून तो माणूस प्रगल्भ वाटत होता.

"तुमचं नाव काय?"

"माझं नाव.. पण तुम्ही एक फिरस्ते दिसता आहात. तुम्ही माझं नाव विचारून काय कराल? लक्षात ठेवायचं असेल, तर नाव विचारावं. अन्यथा विचारच लक्षात ठेवावे. माणूस म्हणजे नाव की विचार, हाही एक प्रश्नच आहे. तसंच स्त्री म्हणजे मन की सौंदर्य, हेदेखील लक्षात घ्यायला हवं..."

"म्हणजे?"

"तुम्ही त्या सौंदर्याने भारला आहात, पण तिचा स्वभाव कसा आहे हे तुम्हाला कुठे माहित्येय, सरपटणारा तुकतुकीत साप पाहिला, तर सापाएवढा सुंदर दुसरा प्राणी नाही असं वाटतं. पण म्हणून काही साप..."

"हे बघा.. कृपया त्या सौंदर्याबद्दल अनुद्‌गार काढू नका. ती प्रतिमा अभंग राहू द्या."

"ठीक आहे, तुमची इच्छा!" म्हणत तो अनाहूत निघून गेला.

तिला भेटायचं, ते सौंदर्य जवळून पाहायचं, हा त्यानं निश्चय केला होता.

तो तिच्या प्रासादतुल्य भवनाजवळ पोचला.

तो आत आला. आतल्या सेविकेनं त्याला थांबवलं.

"कुठे चाललात?"

"मला त्यांना भेटायचंय."

"कुणाला?"

"मला त्यांचं नाव माहिती नाही. पण जिच्या आश्रयाला सौंदर्य आलंय तिला.."

"तुम्ही कोण?"

"सौंदर्याची जाण असणारा आणि माझी एवढीच ओळख पुरेशी आहे, जशी सौंदर्य ही तिची ओळख आहे. इथे बाकीच्या व्यक्तिगत ओळखीचं प्रयोजन राहत नाही."

तेवढ्यात पडद्याआडून आवाज आला.

"सखी...त्याला आत येऊ दे..."

सखी पटकन बाजूला झाली. तिनं पडदा बाजूला केला.

सगळी आभूषणं काढून मुक्तकेशा होऊन ती तिथल्या मंचकावर पडली होती. तो पाहत राहिला. त्या आभूषणविरहित आणि साधे वस्त्र नेसलेल्या अवस्थेत तिचं सौंदर्य अधिकच वाढलं होतं. ती आपल्या टपोऱ्या डोळ्यांनी त्याच्याकडे पाहत होती. तो तिची मंचकावर पहुडलेली सडपातळ रेखीव व जिथे हवी तिथे भरलेली काया निरखत होता. तिच्या मोकळ्या केसांकडे पाहत होता. त्या काळ्याभोर केसांची महिरप असलेल्या सौंदर्यवान चेहऱ्याकडे पाहत होता.

संपूर्ण शरीर सौंदर्याच्या मुशीतून काढलेलं असं क्वचित त्यानं पाहिलं होतं.

तीही त्याच्या पीळदार शरीराकडे पाहत होती. डोळ्यांतल्या करारी आत्मविश्वासाकडे पाहत होती. त्याची दृष्टी थेट तिच्या डोळ्यांत धारदार सुरीसारखी उतरत होती.

"काय हवंय?" तिनं स्वतःला आवरत विचारलं.

"तू." त्यानं स्पष्टपणे सांगितलं.

तिच्या शरीराची पेशी अन् पेशी उसळून येत होती. तो तुंदिलतनू, ओशट हसणारा धनिक तिला आठवत होता आणि समोर होता एक दगडातून कोरून काढल्यासारखा पुरुष. एक जागृत निसर्ग तिला हाकारत होतं.

तिनं आपल्या वाढत्या हृदयगतीला शमविण्याचा प्रयत्न केला. डोळे मिटून घेतले.

"कसला विचार करतेस?"

"तुझ्या धाडसाचा!"

"का? हे धाडस तुझ्यात नाही?"

"नाही."

"इथे तुझ्या दासी तर आहेत. कोण पाहणार आहे?"

"मी स्वतःच पाहणार आहे."

"म्हणजे?"

"मी बांधील आहे. त्या व्यापाऱ्याची. तो माझा प्रतिपाळ करतो आहे. ह्या

माझ्या सौंदर्यवान शरीराला त्यानं सुरक्षेचं कवच दिलं आहे. ह्या शरीराची निगराणी करायची सर्व साधनं त्यानं पुरविली आहेत. शिवाय शरीर आणि मन रिझवायला मिष्टान्न, संगीत, नृत्य...! ह्या सगळ्याच्या मोबदल्यात त्याची माझ्याकडून एकच अपेक्षा आहे. त्याच्याशी प्रामाणिक राहण्याची. इतर कुणाबरोबर संग न करण्याची आणि तेवढ्या अपेक्षेला मी बांधील आहे.''

''मनाचा विचार न करता?''

''मी मनाचाच विचार करते आहे. नवागता, माझं मन प्रतारणेला मान्यता देत नाही. मनाचा विचार तर तूही कुठे केलास? मला पाहिलंस... म्हणजे.. माझ्या शरीराला पाहिलंस आणि लुब्ध झालास. ही पण शारीरिक ओढच आहे ना!''

''असेल. कोणतीही ओढ असेल. पण ती ओढ या क्षणी माझ्या अस्तित्वाला व्यापून उरली आहे.''

तिनं एक सुस्कारा सोडला.

''खरं सांगू, तुला पाहिलं आणि तशीच ओढ मलाही वाटली. पण नाही अभ्यागता, मी माझ्या मनाला, मनाला घातलेल्या बंधांना विसरू शकत नाही.''

''तुला एक सुचवू?''

''हं...''

''सोड हे सगळं आणि चल माझ्याबरोबर..''

आता तर तिला खळाळून हसू आलं.

''एक अशक्य गोष्ट सांगत आहेस तू अभ्यागता. हे सर्व श्रीमंती थाट तू पाहतो आहेस ना... याची सवय झालीय शरीराला. मखमली पादत्राणं काढली तर मी घरातल्या जाजमावरही चालू शकत नाही. बाहेरच्या उन्हाची तिरीपही मला सहन होत नाही. कोमट पाणी अंगावर येणाऱ्या ह्या शरीराला वाऱ्याचे थंडगार झोत नाही सहन करता येत. मी कुणाही बरोबर हात धरून जाऊ शकणार नाही, ह्या गोष्टीची त्या धनिकानं पुरेपूर काळजी घेतली आहे, एखादी माशी पाकात अडकावी, तशी मी अडकले आहे. मुक्ततेच्या माझ्या सर्व सवयी तुटल्या आहेत. ऐश्वर्याच्या बंधनात मी अडकले आहे.'' ती आपली असहायता जाणत होती.

''पण मी तुझ्याशिवाय नाही राहू शकणार.''

''यावर एकच उपाय आहे. असं ऐश्वर्य तू मला देऊ शकला तरच मी तुझ्याबरोबर येऊ शकेन. माझी असमर्थता तू लक्षात घे.''

तो विचारात पडला.

''ठीक आहे. मला आता तुझं नाव सांगशील.''

''माधवी.. आणि तुझं नाव?''

"मी ऋतुपाल. तर माधवी... काही वर्षं मला दे. तुझं हे एकस्वामित्वाचं व्रत तू चालू ठेव. मी तुला घ्यायला येईन. अशाच ऐश्वर्यात तुला ठेवीन. हे माझं वचन आहे तुला.'' त्यानं आपला हात पुढे केला. त्याच्या राकट पंजात तिनं आपला सुकुमार हात ठेवला आणि डोळे मिटले. तो स्पर्श ती आपल्या आठवणींच्या कप्प्यात जपून ठेवत होती.

तिनं आपला हातही वचन दिल्यासारखा घट्ट केला.

"ऋतुपाल, तुला सांगतेय आज. मी वाट पाहीन तुझी. प्रेम, ओढ हे सगळं एका क्षणात घडून जात असतं, हे आज मला कळलं. इतके वर्षं त्याच्याबरोबर राहतेय, पण ही मानसिक अवस्था मी कधी जाणली नव्हती. आज प्रथम माझी या भावनांशी ओळख होते आहे. हे आता माझ्यासाठी अवघड होणार आहे. तू ये. मी तुझी वाट पाहीन.''

क्षणकाळ दोघंही एकमेकांकडे पाहत होते. कुठल्या अबोल आणाभाका त्यांच्या नजरा घेत होत्या?

आणि त्यानं तिचा निरोप घेतला.

तो पुढे जात होता. त्याच्या डोळ्यांपुढे एकच स्वप्न होतं. तिला आपलंसं करायचं. त्यासाठी त्याला जे काही करावं लागणार होतं ते करण्याची त्याची तयारी होती. त्याला आपल्या शारीरिक आणि बौद्धिक कुवतीचा अंदाज होता. पैशाच्या मागे लागलो तर भरपूर पैसा आपण कमवू शकतो, हे तो जाणत होता. इतके दिवस पैसा, प्रेम हे दोन्ही विषय त्यानं गांभीर्यानं घेतले नव्हते. पण आज प्रथमच त्यानं प्रेम हा विषय गांभीर्यानं घेतला. त्या पाठोपाठ कष्ट, धंदा आणि ऐश्वर्य हे तिन्ही विषय त्याला तेवढ्याच गांभीर्यानं घ्यावे लागणार होते.

इतक्या दिवसांची भटकंती आता त्याला संपुष्टात आणावी लागणार होती. त्याला आयुष्य स्थिर करावं लागणार होतं. त्याचं नेहमी भरकटणारं, भ्रमंती करणारं मन तर एका चेहऱ्यापाशी केव्हाच स्थिरावलं होतं. आता त्याला आपल्या भावी धंद्यासाठी एक ठिकाण निवडायचं होतं.

ती कधी नव्हे ती उदासवाणी झाली होती. आजवर अनेक सुखसोयी तिच्या अंगवळणी पडल्या होत्या. पण आता ही ओढ तिला त्या सुखाच्या बाहेर ओढून काढत होती. सुख आहे पण समाधान नाही, हे तिच्या लक्षात येत होतं. एका वचनदात्या हस्तस्पर्शानं तिच्या कणाकणांत प्रेम आणि ओढ चेतवून दिली होती. तो दाह तिला असह्य होत होता. तिला मनातल्या प्रेमाचा उघड वर्षाव करावा वाटत होता. पण ज्याच्यावर वर्षाव करायचा, तो एक असमयी वचन देऊन गेला होता.

तो येणार होता. पण कालमर्यादा निश्चित नव्हती.

तिच्या वेणीचे पेड चुकू लागले. तिच्या डोळ्यांतली चमक कमी होऊन एक उदासवाणी संध्याकाळ तिच्या डोळ्यांत डोकावू लागली. अंगावरचे अलंकार घालणं ती विसरू लागली. शृंगाराच्या वेळी 'तो' आठवत राहायचा. तिचं शरीर निष्प्राणप्राय होऊन जायचं.

तिच्या विझत चाललेल्या चेतना त्या धनिकाला कंटाळवाण्या वाटू लागल्या. तिच्या डोळ्यांतला हरवलेला स्वाभिमान आणि हालचालीतला डौल तो धनिक शोधू पाहत होता. तो स्वाभिमान आणि डौल त्यानं त्याच्या वैभवानं तिला दिला होता; पण त्याच्याविना तर ती अगदीच कुणा येऱ्यागबाळ्याची वाटू लागली होती.

अखेर एक दिवस कंटाळून त्यानं माधवीला स्पष्टपणे सांगितलं,

"तुला माझ्यासोबत राहायचा कंटाळा आलेला दिसतो आहे. असा कंटाळा आलेली स्त्री मला आवडत नाही. मी तुला एकनिष्ठतेच्या वचनातून मुक्त करतो आहे. तुला जिथे हवं तिथे तू जाऊ शकतेस."

माधवीसारख्या हिऱ्याला कोंदणाची गरज होती. वैभवाच्या, आसक्तीच्या कोंदणानं तिला मुक्त केलं आणि नंतर तिला कोंदण मिळालं विरक्तीचं, माधवी स्वतःला जाणत होती. आपलं रूप ओळखून होती. प्रेमाच्या सायुज्यामुळे तिची तिच्याच देहापासून ताटातूट होत चालली होती. काही काळाच्या दंशाचं विष तिच्या आयुष्याला भिनलं होतं. त्या विषानं ती स्वतःलाच विसरत चालली होती. स्वतःचं चालतंबोलतं शरीर तिच्यासाठी परकं झालं होतं. या शरीराला समाजात मुक्तपणे वावरता येणार नाही, हे तिच्या लक्षात आलं आणि तिनं गावाच्या वेशीबाहेरच्या आश्रमाचा आश्रय घेतला. तिनं आपला शृंगार संपवला. चेहऱ्याचं सौंदर्य वाढविणारे केस तासून टाकले. भगव्या वस्त्रानंही आपलं सौंदर्य द्विगुणित होतं. हे जाणून तिनं मलीन वस्त्रं नेसायला आरंभ केला. तिनं दर्भशय्या जवळ केली. पायांना काट्याकुट्यांची वाट शोधून दिली. दिवसभर उन्हात ती आपला गौरवर्ण रापवून घेऊ लागली.

आपला दर्प, अहंकार हे सर्व तिला कुठल्यातरी कहाणीसारखे खोटे वाटू लागले.

त्याच्या उद्योगानं आता पंख पसरले होते. त्याच्या हातावरची धनरेषा भरभक्कम होती. हात लावेन तिथे सोनं करेन, हे शब्द त्याच्या बाबतीत खरे ठरत होते.

तसा तो एकटा होता. पण घरात एक सेविका होती. ती जातीनं त्याच्या गरजांकडे लक्ष पुरवीत होती. इतर दास-दासी होते, पण ही सेविका त्यांच्यापेक्षा वेगळी होती. सेविका असूनही तिचं मन जागृत होतं. स्पष्ट बोलण्याचं धाडस

तिच्यात होतं. आपल्या धन्यावर प्रेम करण्याचं साहसही ती करू शकत होती. प्रामाणिकपणा तिच्यात ओतप्रोत भरला होता.

पैसा कमवायला लागलं की माणूस भल्याबुऱ्याचा विचार विसरतो, हे तिनं आजवर अनुभवलं होतं. पण ऋतुपालनं तो मार्ग अनुसरू नये, हे तिला मनापासून वाटत होतं.

"धनी, खूप पैसा कमवला आहात. एकच विनंती आहे, की कधी पश्चात्ताप वाटेल अशा मार्गांनं पैसे कमवू नका." ती त्याला स्पष्टपणे विनवत होती.

"तू दासी आहेस माझी. मी कसाही वागलो, तरी तुला त्याच्याशी काय घेणं-देणं?"

तिचे भावुक डोळे झाकोळून यायचे.

"आजवर कधी कुणाशी घेणं-देणं नव्हतं धनी, पण तुम्ही वाईट मार्ग चोखाळू नये असं वाटतं."

तिच्या डोळ्यांतला प्रामाणिकपणा त्याला अधिक कठोर होऊ देत नव्हता.

त्याचं आजारपण... त्याच्या जेवणातल्या आवडीनिवडी, त्याला प्रत्येक खोलीत आवडणारं सौंदर्य, रेशमी पडदे ह्या सर्वांची ती काळजी घेत होती.

त्याच्या जेवणाच्या, पेयपानाच्या वेळा तिला माहीत झाल्या होत्या. ती मन लावून त्याची देखभाल करीत होती.

"रमणी. माझा शेला दे... रमणी, दूध दे... रमणी, आज काही गोड खायला कर..." त्याच्याही ओठी सतत तिचंच नाव येत होतं.

आपल्या ऐश्वर्यासकट आणि रमणी या नावासकट तो भविष्याच्या पटलाकडे पाहत होता आणि त्या पटलावर माधवीच्या पायाला कुसळही टोचू नये म्हणून अधिक पैसा... तो विचार करत होता.

त्यानं एकदा चित्रकाराला बोलावलं.

त्याला माधवीचं स्मरणचित्र काढायचं होतं.

चित्रकाराला तो सांगत होता. माधवीच्या चेहऱ्याचे एकेक बारकावे, ओठांची मुडप, तिचे काळेभोर डोळे, चाफेकळीचं नाक, अलवार रंग. तो सांगत होता. चित्रकार काढत होता.

चित्रकारानं चित्र काढलं. पण याचं समाधान होत नव्हतं.

"काहीतरी बदल झालाय चित्रात." तो विचार करीत होता. एका अंशाचा बदल.. पण तो अस्वस्थ करणारा.

रमणी तर छातीवर हात ठेवून आश्चर्यानं त्या सौंदर्यवान चित्राकडे पाहत राहिली.

"धनी... हे चित्र कुणाचं?"

"जिच्यासाठी मी ऐश्वर्य जमवतोय तिचं..."

"खरंय. ऐश्वर्य जमवावं अशीच सौंदर्यवती आहे ही, पण धनीही काही कमी आहेत का? हे पुरूषी देखणेपण, जोडीला धंद्यातली हुशारी, जिद्द. आणखी काय हवं असतं?"

"रमणी, चित्रकारासाठी काही पेय आण..." रमणी आत गेली.

"चित्रकारा, तू अगदी मी सांगत गेलो तसं तंतोतंत चित्र काढलंस.पण तरी काहीतरी हुकलं आहे. ते चित्र तिचं काढूनही तिचं वाटत नाही, असं का होतंय?"

"महाराज, आपण सूक्ष्मपणे पाहा. काय बदल आहे तो."

ऋतुपाल चेहऱ्यावरची एक अन् एक रेषा पाहत होता. ओठ... गाल... केस... महिरप... नाक... डोळे... आणि तो थबकला.

"चित्रकार..." तो उत्तेजित होऊन म्हणाला "सापडलं, ते वेगळेपण सापडलं. ते डोळे. डोळे तसेच आहेत, पण डोळ्यांतले भाव.. असं वाटतंय, तिच्या डोळ्यांतून दुसऱ्या कुणाचा आत्मा डोकावतोय."

चित्रकार हसला.

"महाराज. बरोबर आहे.. तुम्ही बाह्याकाराचं वर्णन केलंत ते मी काढलं. पण अंतरंगाचं अभिव्यक्तीकरण एकच माध्यम करतं. डोळे महाराज! स्मरणचित्रात हीच उणीव राहते. चित्रकारासमोर व्यक्ती नसते. डोळ्यांतले भाव ही अनुभूतीचीच गोष्ट आहे. सांगणारा ती सांगू शकत नाही. व्यक्ती समोर असली की चित्रकार ते भाव कुंचल्यात पकडू शकतो. मला माफ करा."

"पण मला एक सांग. हे डोळ्यातलं अंत:करण तू कुणाचं व्यक्त केलं आहे?"

"एका स्त्रीचं. स्त्री बहुदा समर्पिता असते आणि अशी समर्पिता परिपूर्ण स्त्री मला तुमच्याभोवती तुमचं काम करताना दिसली, स्त्रीला साजेसं अंत:करण मी तिच्या डोळ्यातूनच उचललं. काही चुकलं का? तुम्हाला चित्रात कोणते भाव अपेक्षित होते?" चित्रकारानं विचारलं.

"मला... मला अपेक्षित.. थोडा अहंकार, रूपगर्विता, स्वत्वाची प्रखर जाणीव..."

चित्रकार आधी गोंधळला.

"अशी स्त्री ...! असे भाव मी ह्या डोळ्यात भरले तर ह्या चित्राचं सौंदर्यच नष्ट होईल."

"असं कसं म्हणतोस तू? एवढं सौंदर्य..." पण त्याचं वाक्य मधेच तोडत तो चित्रकार म्हणाला.

"ते पार्थिव अवयव म्हणजे सौंदर्य अशी सौंदर्याची चुकीची व्याख्या तुम्ही करता आहात. सौंदर्य फक्त अंत:करणाचंच असतं आणि ते सौंदर्यच आमच्या

कुंचल्याला आव्हान देत असतं. माफ करा महाराज, त्या स्त्रीला पाहिल्याशिवाय तुम्हाला हवे ते भाव मी रेखू शकणार नाही.''

''असू दे. तुझ्या त्या पार्थिव-अपार्थिवच्या वादात मला पडायचं नाही... तुझं मानधन घेऊन जा.'' मोहोरांची एक मखमली पिशवी त्याच्या हाती देत ऋतुपालनं म्हटलं.

अधिक धन कमविण्याच्या ईर्षेत किती काळ निघून जातो आहे, हे ऋतुपालच्या लक्षात आलं नाही.

अखेर एक दिवस त्याला जाणवलं, की आता माधवी आपल्यासमवेत राहू शकते. मोठा प्रासाद, प्रासादात जमिनीवर अंथरलेली जाजमं, जिथेतिथे नक्षीदार खांब, लामण दिवे, मऊ बिछाने, रेशमी पडदे. आता ते अद्वितीय सौंदर्य आपल्या सोबत येईल.

व्यवहारात, नफ्यातोट्यात, धंद्यात गुंतलेला तो भानावर आला.

''रमणी, मी जाऊन माधवीला घेऊन येणार आहे. तू घर सजवून ठेव. सुगंधी फुलांच्या माळा, रांगोळ्या, तेवते दिवे अशी जय्यत तयारी असू दे.''

रमणीचे डोळे भरून आले. आपल्याला काय वाटतं आहे. तिला कळेना. आपण आपल्या धन्यावर जीव जडवून बसलो आहोत. आजवर ना त्यांचं प्रेम, ना संग, असं आपण राहिलो. त्यांच्या सेवेत आपण कृतार्थपण शोधत गेलो, पण आता माधवी येईल. त्यांची प्रिया. एक सौंदर्यवती. आपली ही कामंदेखील ती आपल्या हातातून काढून तर घेणार नाही? कधी आपल्या डोळ्यांतलं धन्याबद्दलचं प्रेम तर नाही वाचणार? ती विचार करीत होती.

''काय झालं रमणी?''

''धनी, एवढे दिवस एकटे राहिलात. आता तुमचं एकटेपण संपलं. तुमची सहचारिणी येईल. खूप आनंद वाटला. त्या आनंदापोटी हे अश्रू आलेत.''

''मी एकटा कोठे होतो रमणी? आज जाणवतं, तू सतत छायेसारखी माझ्या सोबत होतीस. मला पैसा कमवणं याखेरीज कसलंही भान नव्हतं. पण तू मला सांभाळलंस. तुझ्यामुळे मी तगलोय. आईनं घ्यावी तशी काळजी घेतली तू माझी. माझ्यापेक्षा लहान असूनही, अं?'' ऋतुपालनं बोलता बोलता रमणीच्या खांद्यावर हात टाकला.

रमणीचं मन, आत्मा, चेतना एकवटून त्या स्पर्शापाशी जमा झाल्या.

हा पहिला स्पर्श. केवळ कृतज्ञताभाव असलेला.

त्यानं रमणीचा निरोप घेतला.

माधवी आश्रमातल्या झाडाखाली बसली होती. पानगळीचे दिवस होते. झाडं पानांचा वर्षाव करीत होती. माधवी शांतपणे आपल्या आयुष्याकडे वळून पाहत होती. आपल्या आयुष्यात घडून गेलेल्या स्थित्यंतराने ती आता आश्चर्यचकित होत नव्हती. एवढं तिचं मन आता आयुष्याच्या वाहत्या प्रवाहाच्या काठाशी आलं होतं. आपल्या आयुष्याचा प्रवाहच ती पाहत होती. वैभवशाली भोवऱ्यात आपण भोवंडलो. त्या सुरक्षिततेच्या, स्थिरतेच्या बदल्यात आपण मनाला न भावणारा शृंगारही सहन केला. ह्या भोवऱ्यातनं आपल्याला एका क्षणात वर काढलं ऋतुपालनं. केवळ एका वचनस्पर्शानं. त्यानं ना आपल्याला जवळ घेतलं, ना शृंगाराची अपेक्षा केली, ना आपल्या नंतर भेटी झाल्या. पण त्या प्रेमाच्या क्षणानं आपल्याला शरीरापासून, भोगापासून वेगळं केलं. त्या प्रथम प्रेमक्षणातच विरहाचा प्रदीर्घ काळ सामावलेला होता. किती क्षण, दिवस, वर्ष आपण या आश्रमात स्वत:ला विसरून काढली. सतत चिंतन ऋतुपालचं. आपलं आयुष्य आपल्यासाठी राहिलंच नव्हतं जणू!

वाटलं होतं, ऋतुपाल हा आपला असा किनारा आहे, जिथे आपल्याला बाहेर काढलं आणि ओढून किनाऱ्याशी आणलं. त्याच्या स्मरणानं हळूहळू आपल्याला विरक्ती दिली. दीर्घ विरह आता संपला. कारण जिथे आठवण, ओढ आणि दुरावा हे तिन्ही सोबत असतात, तिथे विरह असतो. आपल्या नकळत आपलं मन ऋतुपालच्या आठवणीतून बाहेर पडलं. ओढ आता संपली. भोग, व्यक्ती, स्वप्नं, प्रेम ह्या सगळ्यांपासून विलग होऊन आपण आज 'स्वस्थित' झालो आहोत. हा आत्मा आपण कुणाकुणाच्या हवाली केला? आधी शरीराच्या.. मग मनाच्या... पण आता हा आत्मा आपल्याला गवसलाय. अनेक गूढ भाषा तो आपल्याशी बोलतोय. कधी निसर्गाची, कधी पक्ष्याची, कधी पाण्याच्या खळखळाटाची. आता आपलं आयुष्य एका व्यक्तीपुरतं, मानवजातीपुरतं सीमित राहिलं नाही. ते साऱ्या चराचराचं झालंय.

ती मौनपणे विचार करीत होती. तिची मुद्रा अगदी रूक्ष झाली होती. डोळ्यांत पानं गळालेली निष्पर्ण फांदी उभी होती. पानगळ झालेल्या झाडांनी जसा आपला डेरेदारपणा हरवला होता, तसा तिच्या शरीरावरचा यौवनाचा संभार निपटून गेला होता. पण आता तिला कशाचीही खंत उरली नव्हती.

तिच्या डोळ्यांत मात्र विश्वप्रेमाचं वात्सल्य अथांगतेनं वसत होतं. आधीची माधवी आणि आताची माधवी यांत काहीही साम्य उरलं नव्हतं. तिचा अहंकार, गुर्मी, स्वत:च्या शरीराचं भान हे सगळं डोळ्यांतून पुसलं जाऊन, अथांग निर्मळ प्रेमभाव उरला होता. हा प्रेमभाव कुणा एकासाठी नव्हता. संपूर्ण विश्वासाठी होता. ती कुणा एकात आता अडकू शकणारही नव्हती. आपण ह्या विश्वाचा एक अतूट

भाग आहोत, ही जाणीव तिला झाली होती.

टपटपणाऱ्या पानांच्या झाडाखाली ती बसली होती. वाऱ्याचा स्पर्श तिच्या अंगाला सुखवीत होता. झाडाच्या पानगळीचा आपल्या आयुष्याशी अर्थ ती जोडत होती. त्याच वेळी पानांवर चरचर आवाज झाला. तिच्यापाशी तो येऊन थांबला.

तिनं त्याच्याकडे पाहिलं. क्षणभर तिला आश्चर्य वाटलं. इतक्या वर्षांनी ऋतुपाल तिच्यापुढे उभा होता. वैभवाची चिन्हे अंगावर बाळगलेला. हिऱ्यामोत्याचे हार गळ्यात घातलेला, रेशमी कपडे अंगावर ल्यालेला आणि डोळ्यांत...

....डोळ्यात आश्चर्य आणि पाणी...

"माधवी, हे काय?...संन्यास...?"

माधवीच्या अलिप्त नजरेनं तो अस्वस्थ होत होता. तिच्या वत्सल हसण्यानं आश्चर्यचकितही होत होता.

"तुझ्या प्रेमातून आणि वाट पाहण्यातून हे नकळत घडत गेलं आणि आता मी जी कुणी आहे, तिला तू संन्यासिनी म्हण किंवा दुसरं काहीही म्हण... पण मी आता फार समाधानात आहे. तगमग, मनाची कुतरओढ, झुरणं, स्वप्नांची वीण भिनत जाणे, हे आता सगळं संपलं ऋतुपाल."

"माधवी...अगं, तुला किती शोधत मी इथे आलो, नगरात विचारपूस केली. पण..."

"मी लोकांच्या विस्मरणात गेले होते. होय ना?..."

"हो..."

"पार्थिवाची ओळख अशीच असते ऋतुपाल. काही अंशी प्रेमही पार्थिवच असतं. कारण ते पार्थिव व्यक्तीवर केलेलं असतं. पण आता मी अपार्थिव होऊन उरले आहे."

"माधवी, असं बोलू नको. अगं, तुझ्यासाठी केवढं वैभव उभं केलं मी. प्रत्येक क्षण तुझ्या आठवणीत जगलो. आज तुला घ्यायला आलोय. तू चल माझ्याबरोबर." आणि बोलता बोलता तो थांबला.

माधवी मंदशी हसत होती. तिच्या डोळ्यांत तो शोध घेत होता. डोळ्यांत असलेल्या तिच्या प्रदेशातल्या दूरदूरच्या सीमांपर्यंत केवळ विरक्तीचं आभाळ त्याला दृष्टीला पडलं. इतर कुठल्याही जाणिवेचा मेघ त्या आभाळात तरंगताना त्याला दिसत नव्हता.

त्यानं मान खाली घातली. डोळे मिटले. डोळ्यांतून पाणी ओघळलं.

आणि त्या क्षणी त्याच्या लक्षात आलं... आता माधवीचा हात आपले डोळे पुसण्यासाठी उरला नाही. त्या मिटल्या डोळ्यांपुढे त्याच्या मनात ते चित्रकारानं

काढलेलं चित्र साकारलं. त्या चित्रातले समर्पितेचे डोळे साकारले.

होय. आता तेच डोळे आपल्याला यापुढे सावरणार आहेत, सोबत करणार आहेत.

माधवी एका अनुल्लंघनीय किनाऱ्यावर जाऊन पोचली आहे. पण आपल्या या किनाऱ्यावर आपल्यासोबत आहे फक्त रमणी. त्यानं मूकपणेच माधवीचा निरोप घेतला. आयुष्याला हेलपाटून टाकणाऱ्या या कठोर क्षणाला बरोबर घेऊन तो रमणीच्या त्या आर्त डोळ्यांकडेच परत निघाला!

◆

४. पाठवणी

गुरुजी घरी आलेल्या मुलांना शिकवत होते. आता गुरुजींचे नाव केवळ गुरुजीच राहिलं होतं. इतर शिक्षकांना नावं होती - अमुक मास्तर.. तमुक मास्तर, अमक्या विषयाचे मास्तर.. तमक्या विषयाचे मास्तर, पण ही असली वर्गीकरणं गुरुजींच्या बाबतीत लागू नव्हती. त्यांच्या हाडात मुरलेल्या शिक्षकी पेशानं त्याचं नाव लोकांना विसरायला लावलं होतं. सर्व जीवन समजावू पाहणाऱ्या गुरुजींवर कुठल्याही विषयाचं बंधन पडत नव्हतं. कुठल्याही इयत्तेचं बंधन पडत नव्हतं. कोणीही यावं, गुरुजींना शंका विचाराव्यात. गुरुजी आपल्या

हसऱ्या, सात्त्विक, शांत दृष्टीनं दिलासा देत विद्यार्थ्याला आपलंसं करीत, शंकांचं निरसन करीत.

गुरुजींच्या वयाचा अंदाज त्यांच्या चेहऱ्यावरुन फारसा येत नसे. काही काही चेहरे असे असतात, ज्या चेहऱ्यांवर आपली पाऊलखूण न उमटवता वय निघून जात असतं. तो चेहरा वयोमानाप्रमाणे फारसा बदलत नाही. त्यावर थुलथुलीतपण येत नाही. फारशा सुरकुत्याही उमटत नाहीत. असाच चेहरा गुरुजींना लाभला होता. त्यामुळे वडीलभावाच्या प्रेमाला आसावलेल्या विद्यार्थ्याला गुरुजींत आपला भाऊ दिसायचा. एखादा गावातला म्हातारा संध्याकाळचा गुरुजींकडे यायचा आणि त्यांच्यात आपला दूर गावी नोकरी करीत गेलेला मुलगा शोधत राहायचा. गुरुजींनी आपल्यातील माणसाला जिवंत ठेवलं होतं, जपलं होतं आणि त्यामुळे बहुधा त्यांच्या व्यक्तिमत्त्वात सर्व नात्यांच्या ज्योती एकाच वेळी तेवत असायच्या.

गुरुजींच्या घरात आणखीही दोन हात होते. कष्टणारे. वात्सल्याच्या स्पर्शासाठी आसुसलेले. पण आपल्याला मूल झालं नाही, म्हणून घरी येणाऱ्या लहान मुलांच्या केसांवरून ममत्वानं फिरणारे, गुरुजींच्या लहानशा घरासमोर अंगणात सडा घालणारे. त्या सड्याच्या हिरव्यागार अंगणात फुलापानांची रांगोळी घालणारे. सकाळच्या कोवळ्या उन्हाचे झाडातून येणारे कवडसे फुलपाखरासारखे त्या रांगोळीवर येऊन स्थिरावायचे.

पण पाहता पाहता ती रांगोळी काढणारी बोटं थकत गेली. कवडशांची फुलपाखरं पानाफुलांच्या शोधात अंगणात झेप घ्यायची अन् निराश व्हायची.

अखेर त्या अशक्त बोटांची थरथर कायमचीच संपली.

गुरुजींना सावरलं त्यांच्यातल्या शिक्षकाने. विद्यार्थ्यांमध्ये अधिक जीव ओतून ते रस घेऊ लागले.

हे सगळं घडेस्तोवर गुरुजींचा एकही केस पांढरा झाला नव्हता. केसांवरून वयाचा अंदाज लावायचा, तर गुरुजींचे वय चाळीसच्या जरासं अलीकडे किंवा जरासं पलीकडे असावं.

"काय ठमकाबाई... गणिताचा घोळ काही तुम्हाला सावरत नाही ना?"

समोरच बसलेल्या लहानशा ठसठशीत मुलीला उद्देशून गुरुजींनी म्हटलं.

पोरगी जीभ काढत ओशाळं हसली.

"अगं, एकावरून अनेकांची किंमत काढायची तेव्हा काय करायचं?"

"भागाकार" पोरीनं नेमकं चुकीचं उत्तर दिलं.

"भागाकार होय गं? आणि अनेकांवरून एकाची किंमत काढताना?" आपलं पहिलं उत्तर चुकलं हे लक्षात येऊन आता पोरगी उत्तरली,

''भागाकार.''

''शहाणी आहेस...'' गुरुजींनी तिच्या डोक्यावरून हात फिरवत म्हटलं,

''माय माझी ती...संसारात पण असाच दु:खाचा भागाकार करत जा. सुखी होशील आणि सुखाचा गुणाकार कसा करायचा हेही कळेल.''

उत्तर चुकलं तरी गुरुजी मारत नाहीत, रागावत नाहीत, हे सर्वांनाच ठाऊक असायचं.

मुलगी निर्मळ हसली.

''आणि तुम्ही हो बंडोपंत? परवाच्या पेपरमध्ये तुमच्या पृथ्वीनं एका वर्षात स्वत:भोवती तीनशे पंच्याऐंशी फेऱ्या मारल्या. का बिचारीला जास्ती फेऱ्या मारून थकवता? आधीच आपल्यासारख्याचं ओझं वागवावं लागतं तिला. तीनशे पासष्ट फेऱ्या मारूनच ती थकत असेल.''

गुरुजींचं बोलणं ऐकून सगळीच मुलं हसू लागली.

''हसू नका लालोजीराव. तुम्हीही काही कमी नाहीत ह्याच्यापेक्षा. शिवाजी महाराजांची जन्मतारीख एवढी पुढची लिहिली, की ते संभाजी राजांचे पुत्र शोभावे! अशा चुका नाही करू. नीट पाठ करावं. मार्क तर जातातच; पण पोरांनो अरे, ज्ञान मिळत नाही ते वेगळं.'' गुरुजी आता मात्र तळमळीनं सांगू लागले.

गुरुजींची तळमळ त्यांच्या चेहऱ्यावर स्पष्ट दिसू लागली, तशी हसरी मुलं गंभीर झाली.

आपला अभ्यास न करण्यानं गुरुजींना त्रास होतोय; त्यापेक्षा ह्यांनी आपल्याला मारलं तर बरं होईल, असं सगळ्यांनाच वाटून गेलं. आता पुन: गुरुजींना असा त्रास द्यायचा नाही. सर्वच मुलांनी मनाशी पक्केपणाने ठरवलं.

गुरुजी असे शिकवण्यात रंगलेले. तोच दाराशी कुणी आलं म्हणून गुरुजींनी मान वर करून पाहिलं.

''याऽऽ सखारामपंत! आणि आज आमच्या विद्यार्थिनीलाही बरोबर आणलंत?'' गुरुजी कौतुकानं संजीवनीकडे बघत हसत म्हणाले.

''आज थाटच आहे की. साडी वगैरे नेसून अगदी मोठ्ठं माणूस होऊन आलीस!'' गुरुजींचं निर्मळ कौतुक.

संजीवनी किंचितशी लाजली. काहीशी बावरली. संजीवनीचे मामा गुरुजींचं बोलणं ऐकून कसनुसं हसले

''मोठी झालीच आहे आता ती गुरुजी... रोज आपली परकर-पोलकी घालते म्हणून काय लहान थोडीच राहिली?''

''खरंच म्हणा!''

"गुरुजी, तुमच्याकडे काम आहे.... जरा महत्त्वाचं. वेळ देऊ शकाल?" मामांच्या स्वरात आर्जव होतं. अधीरताही होती.

"हो हो! शिकवणी संपतच आली होती. सोडून देतो मुलांना..." गुरुजी मुलांना उद्देशून हसत म्हणाले, 'चला उठा रे पोरांनो आणि पळा घरी. संपली आजची शिकवणी."

पोरं उठली.

पण चिंगी मागे रेंगाळली.

"का गं चिंगे... काय झालं?"

चिंगीनं आपल्या परकराच्या ओच्यातून तांदुळजाची भाजी काढली.

"गुरुजी, आईनं दिली..."

'गुरुजींनी भाजी हाती घेतली. म्हणाले,"अगं चिंगे, तुझ्या आईला सांग भाजी करुनच एवढीशी पाठवत जा. मला कुठे जमणार ही भाजी करणं?"

"आवडेल तुम्हाला?"

"होऽ. आवडेल की!"

"बरं. उद्या आणते करून." चिंगी बालिश उत्साहाने म्हणाली व पळाली.

"हं, बोला मामा..."

मामांना विषय कसा काढावा कळेना.

"गुरुजी, घरात करणारं कुणी नाही. बाईमाणूस नाही.. आबाळ होते तुमची..."

"हं... होते खरी. पण काय करणार?"

"दुसरं माणूस पुन: घरात आणावं..." मामांनी म्हटलं. संजीवनीची मान खाली गेली.

"विचारच मनात आला नाही बघा. ती गेली आणि शिकवण्यात रमलो."

आता मामांनी उगाचच घसा साफ केल्यागत केलं.

"गुरुजी, संजीवनीची आम्हाला काळजी आहे बघा."

गुरुजींनी संजीवनीकडे पाहिलं. नीटस, गहूवर्णी, देखणी संजीवनी मान खाली घालून बसली होती.

"संजीवनीची कसली काळजी करता? देखणी आहे पोर. कुणीही सहज तिला आपले करील."

"एवढं सोपं नाही ते गुरुजी. आईविना पोर. वडील दारुडे. ती आमच्या घरी राहते. आमची परिस्थिती बेतास बात. माझ्या तीन मुली... घरात मंडळींची कुरकुर."

मामांच्या बोलण्याचा रोख गुरुजींना कळत नव्हता. संजीवनी अधिकाधिक संकोचत होती.

"गुरुजी, तिच्यासाठीच तुमच्याकडे आलो होतो."

"मुलगा पाहायचा का? मी करीन प्रयत्न."

"गुरुजी मी... मी तुम्हालाच विचारायला आलो."

"काऽऽय?" क्षणभर काही न कळून गुरुजी म्हणाले.

"गुरुजी, एकटे किती दिवस राहणार? रोज कशाला कोण भाज्या आणून देणार? आमच्या संजीवनीला दुसरेपणावर पदरात घ्या."

गुरुजी, अवाक् होऊन ऐकत होते.

संजीवनीचे मामा ह्या संजीवनीबद्दल बोलताहेत? समोरची ही सतरा-अठरा वर्षाची मुलगी आपली पत्नी व्हावी असं त्यांना वाटतंय? आपण चाळिशीतले गृहस्थ. ही एवढीशी. नेहमी तर परकरात फिरते. आज आली आहे साडी नेसून!

"मामा, काय बोलताय तुम्ही हे! अहो ती केवढीशी. माझं वय काय? मी तिच्याकरता मुलगा.."

"नाही गुरुजी. आईविना वाढलेली पोर. आमचं ओढगस्त घर. तिला प्रेम हवं. लग्नाला पैसा हवा. काही स्थळं पाहिली. तोंडाला येईल तो हुंडा मागतात. तुम्ही तिला जीव लावाल गुरुजी. पैशासाठीही तुम्ही." मामा आपली बाजू मांडत होते.

"पैशाचं सोडा हो. पण मुख्य वयाचा प्रश्न."

"गुरुजी, एक वय सोडलं तर बाकी काय कमी आहे? पोरगी सुखात राहील. समाधानात राहील. गुरुजी, नाही म्हणू नका. पोरीचं भाग्य उजळवा."

"अहो... पण संजीवनीचा तरी विचार घ्या."

"घेतला गुरुजी. ती का नाही म्हणेल. विचारताक्षणी तयार झाली. मुद्दामच तिला बरोबर आणलं. तुमच्या मनात किंतू राहायला नको. तुम्हीच विचारा तिला."

गुरुजी विलक्षण संकोचले. आजवर दुसऱ्या विवाहाचं कधी मनातही आणलं नव्हतं. आज अचानक... तेही ह्या नुकत्या टपोरलेल्या मुलीबरोबर.

"संजीवनी, तुला काय वाटतं ते स्पष्ट सांगशील? आयुष्याचा प्रश्न आहे. तुला नकार देण्याचाही अधिकार आहे. नकार दिलास तर मला राग येणार नाही. मामांनाही राग येऊ नये..."

त्यांच्या विचारण्यानं संजीवनी संकोचली. तिच्या गव्हाळ गालांवर लाली चढली. ओठ कापले.

"सांग संजीवनी. अगं, घरी कशी खुलली होतीस. आता का लाजतेस?" मामांनी तिला डिवचत म्हटलं.

"गुरुजी, मला म्हणजे मी तयार..." विलक्षण संकोचून तिनं आपला ओठ दातांखाली दाबला व सतरंजीचं सूत ती ओढू लागली.

“गुरुजी मग पक्कं ना?” मामा उत्साहानं म्हणाले. “मी तयारीला लागतो. लवकरच मुहूर्त पाहतो... खरेदी वगैरे...”

“मामा, घरात सर्वकाही आहे. मला काहीही नकोय. फक्त नेसल्या वस्त्रानिशी हिची पाठवणी करा. तुमच्या भाचीला मी माझ्या परीनं सुख देईन.”

मामांचे डोळे पाहता पाहता डबडबून आले.

“गुरुजी ऽऽऽऽ” भरल्या गळ्यानं ते म्हणाले. त्यांनी गुरुजींचे हात हाती घेतले.

“हेच ऐकायचं होतं गुरुजी. पोरगी प्रेमाला भुकेली आहे. माझा रक्ताचा संबंध असला, तरी तिची मामी घरात उपरी. घरात तीन मुली. पोरीनं बरंच सोसलंय. मला कळत होतं. पण माझाही हात दगडाखाली होता ह्या बाबतीत. आपली मुलगी सुखात राहावी, ही माझ्या ताईची इच्छा असणार! ती पुरी होतेय.. तुम्ही जीव लावाल, ही खात्री आहे.”

“तुम्ही काळजी करू नका मामा...”

गुरुजी पाहता पाहता लग्नाची संमती देऊन बसले.

संजीवनी गुरुजींच्या घरात मंगळसूत्र घालून आली.

लग्नाला पाहुणे कुणी नव्हतेच. घरात कुणी मोठंही नव्हतंच.

उंबरठ्यातून संजीवनी आत आली, तसा गुरुजींनी तिचा हात हाती धरला.

“संजीवनी, आज हे घर तुझं झालं. कित्येक वर्षं स्त्रीचा हात ह्या घरावरून फिरला नाही. घरात स्त्री आहे की नाही, हे केवळ घराकडेच एक दृष्टी टाकल्याबरोबर लक्षात येतं. देवाच्या पाया पडायचं तर देवही पारोसे पडले आहेत. धातूचे देव मातीचे वाटावे, एवढी धूळ त्यांच्यावर जमली आहे. ह्या सगळ्यासकट मी... तू सगळ्यांना आपलं समजशील ना?”

संजीवनी त्या शब्दांनी मोहोरून येत होती. लहानपणापासून मामाच्या घरात उपरेपणानं राहिली होती. आज ह्या घरात तिचं हक्काचं स्थान निर्माण झालं होतं. हक्काची व्यक्ती तिला मिळत होती.

“मी सगळं सांभाळीन गुरुजी...”

गंभीर झालेले गुरुजी खळखळून हसले.

“आता गुरुजी नाही म्हणायचं. अहो ऐकलंत का, वगैरे म्हणायचं... आणि एकान्तात असताना नावानंही बोलावलं तरी हरकत नाही.”

शेवटच्या वाक्यानं संजीवनीच्या चेहऱ्यावर विलक्षण गोंधळ उडाला. तिची बालिश मुद्रा बावरली.

“फार लहान आहेस तू संजू. पण हळूहळू होशील मोठी समंजस.” तिच्या

पाठीवरून हात फिरवत गुरुजी म्हणाले.

''मी...मी.. अंगण स्वच्छ करते..'' संजीवनी पटकन दूर होत म्हणाली. आणि हातात झाडू घेऊन ती अंगण झाडूही लागली.

पण कितीतरी वेळ गुरुजींचा पाठीवर फिरलेला हात तिला रेंगाळल्या स्पर्शाने जाणवत राहिला. तिला वाटलं आयुष्यात कधीही एवढ्या प्रेमानं आपल्या पाठीवर कुणी हात फिरवला नव्हता. सतत पाठीवर बसायचे ते मामीच्या हातचे धपके. किती बरं वाटलं आज!''

पाणी शिंपडता शिंपडता दोन चुकार अश्रूही अंगणात पडलेच.

पाहता पाहता रात्र होत आली. संजीवनीच्या हातांना थकवा जाणवत नव्हता. तिनं देव्हारा लखलखून टाकला. समईच्या तेजस्वी कळ्यांचा प्रकाश, ते लखलखते देव लेवून बसले.

''अगं संजू, पुरे ना! उद्यासाठी काही काम ठेव.... तुझंच घर आहे. ते काही पळून नाही जात.'' गुरुजी तिच्या कामाचा झपाटा पाहून म्हणत होते.

ती नुसतीच हसली.

'होय माझं घर. माझा देव्हारा. माझ्या खोल्या. माझी भांडी. प्रत्येक वस्तू माझी फक्त माझी.' ती मनातल्या मनात घोळत होती. सगळ्यासगळ्यांना आपला स्पर्श करत होती. जणू आपल्या अधिकाराची स्पर्शवलयं वस्तूंवर उमटवत होती.

''संजू, चल आता पुरे! थकली असशील. मी आपल्यासाठी खिचडी टाकली आहे.''

''अंऽऽ?'' संजीवनी त्या वेगातून भानावर आली.

''थकलीस ना? खिचडी टाकलीय. चल खाऊन घेऊ.''

''तुम्ही का केलीत खिचडी? मी केली असती ना!'' गुरुजींनी खिचडी फोडणीला टाकली. त्याचा आवाजही आपल्याला आला नाही. खिचडी शिजतानाचा गंधही आपल्याला जाणवला नाही. तिचा चेहरा अपराधी झाला.

''काय झालं मी खिचडी केली तर? तू घर स्वच्छ केलंस. थकली असशील ना!''

गुरुजींच्या ओठून तिसऱ्यांदा निघालेला तो शब्द 'थकली असशील.' आजवर तिनं कधी हे शब्द स्वत:साठी ऐकले नव्हते. कामाच्या रगाड्यात ती चूर चूर व्हायची. पण कुणाचा सहानुभूतीचा शब्द यायचा नाही. मामाची अबोल नजर वात्सल्यानं अंगावरून फिरायची, तेवढीच काय ती! आणि आज आपल्या थकव्याच्या जाणिवेने ह्यांनी खिचडीही केली!

खळकन् तिच्या डोळ्यांतून अश्रू वाहिले.

"काय झालं संजू? का रडतेस?" गुरुजींनी घाबरून तिच्या मस्तकावरून हात फिरवत विचारलं.

"आठवण आली का घरची?"

ती आणखीनच उन्मळून आली. त्यांच्या छातीवर तिनं डोकं टेकवलं. त्यांच्या कुशीत ती शिरली.

"आठवण कुणाची येणार? मला एवढ्या आपुलकीची, सहानुभूतीची सवय नाही हो. म्हणून मन भरून आलं. खूप... खूप... लहान झाल्यासारखं वाटलं." ती बोलून गेली.

तिला आपल्या कुशीत घेऊन गुरुजी तिच्या पाठीवरून हात फिरवत होते.

"चल पाहू... वेडाबाई! आता रडायचं नाही. खिचडी थंड होईल..."

ती मग खुदकन् हसली.

पटकन पुढे होत तिनं पाट-पाणी घेतलं.

गुरुजी काहीसे अंतर्मुख झाले.

"ही आपल्या कुशीत शिरली... एखाद्या लहान मुलासारखी... रडली. एखाद्या लहान मुलासारखी... पटकन दूरही झाली... एखाद्या लहान मुलासारखी. विवाहसंबंधाचा अर्थ हिला कळेल ना?"

ते विचारात गढून गेले.

रात्र झाली. गुरुजी पलंगावर पडले. संजीवनीनं एकच पलंग पाहून खाली सतरंजी अंथरली.

"हे काय करतेस?"

"मला झोपायला..." तिनं निर्व्याजपणे सांगितलं.

"तुला तुझ्या मामीनं काही सांगितलं नाही?"

"कशाबद्दल?" तिची अबोध मुद्रा.

"ये इकडे, माझ्याजवळ झोप...

"ये ना. घाबरू नकोस. मी का तुला खाऊन टाकणार आहे?"

संजीवनी गुरुजींच्या जवळ झोपली.

का कुणास ठाऊक, गुरुजींना सारखं तिचं मघाचं कुशीत शिरणं आठवत होतं.

त्यांनी लहान मुलाच्या गालावर ठेवावे तसे तिच्या गालांवर आपले ओठ टेकवले.

"खूप गोड आहेस तू..."

संजीवनी निरागस हसली. 'हे' आता आपले आहेत हे तिला जाणवून गेलं.

तिनं गुरुजींच्या छातीशी आपलं मस्तक ठेवलं आणि एक हात अंगावर टाकून तिनं पापण्या मिटल्या.

आयुष्यात प्रथम होणारा आपल्या व्यक्तीचा स्पर्श... मऊ गादी... अंगावर फिरणारा हात... किती शांत... निर्धास्त... पहाटे उठणं नाही. मामीची सकाळी उठून कटकट नसणार... नेहमीचा तो मोरीलगत घातलेला चटईचा बिछाना नाही... आज आयुष्यात प्रथम आपण 'आपलेपणात' शिरलो आहोत. केवढं सुखद असतं हे आपलेपण. गुरुजींचा हा आश्वासक मायेचा स्पर्श.

गुरुजींनी आता मला गुरुजी म्हणायचं नाही हे सांगूनही ती मनात त्यांना गुरुजीच म्हणत होती.

"संजू... उद्या तुला काय आणायचं ते मला सांग. तुला मी पैसे देईन. तू तुझ्या आवडीचं घेऊन ये. वाटल्यास आपण दोघं जाऊ बाजारात. खूप अचानक सगळं झालं नाही?"

"....हं!..."

"कालपर्यंत मी एकटा होतो. आज तू आलीस..."

"हं..."

"संजू, उद्या शिकवणीची मुलं येतील, त्यांना फराळाचं देऊ या... काय करशील?"

"...."

"संजू...!" गुरुजींनी पाहिलं. त्यांच्या अंगावर हात टाकून त्यांच्या कुशीत शिरलेली संजू शांत झोपली होती.

गुरुजी त्या बालिश चेहऱ्याकडे पाहत राहिले.

न राहवून त्यांनी तिच्या चेहऱ्यावरून हात फिरवला.

पण हाताची बोटं अधीरतेनं जराशीही कंपित झाली नाहीत.

अलगद उठून तिच्या अंगावर चादर टाकून गुरुजीही आडवे झाले.

"रात्री पटकन झोपलीस?"

"हो, खूप थकले होते... गुरु..." पटकन जीभ चावत मग ती म्हणाली, "तुम्ही कधी झोपलात?"

"मी बराच वेळ जागा होतो."

"का?"

"तू जवळ झोपलेली. मला कशी झोप येणार?"

संजीवनी ते ऐकून कावरीबावरी झाली.

"संजू... तुला काही माहिती नाही का?"

"कशाबद्दल?"

"....लग्नानंतर पती आणि पत्नीचे संबंध कशा तऱ्हेचे असतात ह्याबद्दल?"

"म.... म्हणजे तितकंसं नीट माहिती नाही.. पण मैत्रिणी काही बोलायच्या तेवढंच..."

"मामींनी काही समजावून नाही सांगितलं?"

"मामी बोलायच्या कधी माझ्याशी?"

गुरुजींनी सुस्कारा सोडला. त्यासरशी संजीवनीनं चमकून त्यांच्याकडे पाहिलं आणि एकदम रडकुंडीला येऊन ती बोलू लागली, "माझं काही चुकलं का? मीही जागायला हवं होतं का?" पाहता पाहता तिचे डोळे भरून आले.

"माझं काही चुकलं तर रागावत जा... सांगत जा. पण... मला दूर करू नका. पुन: त्या घरी नका पाठवू. मला इथे खूप आवडलं. काल आयुष्यात पहिल्यांदा मी इतकी सुखानं शांत झोपले. मऊ गादीवर... माझ्या घरात, तुमच्या कुशीत... मी तुमच्याजवळ आले आणि मला फक्त झोपावंसंच वाटलं. कुणाचा धाक नव्हता.... सकाळची कमरेत बसणारी लाथ..." तिच्या तोंडून शब्द फुटेना.

"मी तुम्हाला हवं तसं वागेन... तुमच्या आधी नाही झोपणार. पण मला ह्या घरातून काढू नका, दूर करू नका..."

गुरुजी आश्चर्यचकित झाले.

"अगं वेडे... हे घर तुझं आहे. तू माझी आहेस आता. तुला हवं तेव्हा तू झोपू शकतेस. त्यात रागावण्याचा काय प्रश्न? आणि तुला मी दूर का लोटीन? तू आवडतेस मला. पण मला फक्त एवढंच सांग, मी तुला आवडतो का?..."

संजीवनी विलक्षण भावनावेगात हरवली होती...

"होय... गुरुजी... तुम्ही आवडता मला. फार फार आवडता. लहानपणापासून मला वाटायचं, की मला कुणी जवळ घ्यावं... माझं कौतुक करावं... माझ्याकडे प्रेमाने पहावं... संजू, तू माझी आहेस म्हणावं... मला तुम्ही हे सर्व... कालच्या दिवसभरापासून दिलंत..."

गुरुजी स्तब्ध झाले. त्यांच्या मनातले शब्द पुन: अबोल झाले.

"ही आईबापाविना वाढलेली पोर. हिला आईवडिलांचं प्रेम काय हे माहिती नाही, हिला आपण आवडतो.. ह्या आवडण्याचं स्वरूप..." गुरुजी ह्या विचाराशी येऊन थबकत होते.

हिला आपण आवडतो हे एक वडीलधारे म्हणून... ही काल आपल्या कुशीत निश्चिंत झोपली ती वडिलांच्या कुशीत झोपावं तशी... तिला दुखावता कामा

नये. हिच्या कलानं थोडं घेत हिला समजावून सांगायला हवं.

त्यांच्या डोळ्यांतले नेहमीचे वत्सलभाव अधिकच प्रकर्षाने तेवते झाले.

"चल... काहीतरी मनात आणून रडू नकोस, वेडाबाई! आता मुलं येतील. मुलांसाठी मस्त पोहे कर. मुलांना पार्टी द्यायला हवी ना लग्नाची..."

गुरुजींच्या शांतवत्सल चेहऱ्याकडे पाहताना संजीवनीचं रडणं थांबलं. ती खुदकन हसली. चटकन उठली. तिनं दारात सडा घातला. कित्येक वर्षांनी पुन: एकदा पानाफुलांवर कवडशांची फुलपाखरं झेपावू लागली.

संजीवनीच्या रांगोळीत रोज फुलंपानं उमलत होती. पण संजीवनीच्या मनाची बालिश कळी गुरुजींच्या सहवासात उमलत नव्हती, गुरुजींच्या हे लक्षात येत होतं... संजीवनीच्या दृष्टीत आहे आदर... तिच्या वागण्यात बालिश चंचलता. विवाहितेच्या दृष्टीतली नवथर हुरहुर तिच्या दृष्टीत नाही... लहानगी पोर अखेर...!

"मुलांनो, या तुमच्या लहानग्याशा बाई बरं का! त्या म्हणतील ते ऐकायचं आणि संजू, ऐक. उद्यापासून मुलं आली की तूही इथे बसायचं. वह्या-पुस्तकं आज आणून घेऊ... शिक्षण पुन: चालू करायचं."

"खरंच गुरुजी?" संजीवनी आनंदानं उद्गारली.

"खरंच..! करशील ना अभ्यास? जितकं जमेल तितकं शीक. मॅट्रिक... त्यापुढे कॉलेज... गावात कॉलेज नाही; पण मी तयारी घेईन करून."

"मी शिकीन. खूप शिकावं वाटायचं. पण मामांनी सातवीनंतर नावच काढून घेतलं शाळेतून. नंतर मामीची बाळंतपणं... घरचं काम, यात जमलंच नाही. पण तुम्ही म्हणता आहात, तुम्हाला आवडत असेल तर नक्कीच शिकीन."

संजीवनीचं हे असं. स्वत:ची इच्छा बोलून दाखवायची सवयच नव्हती. बोलता बोलता ती काही चुकल्यागत पुन्हा नमतं घेत बोलायची.

गुरुजींच्या मनात अशा वेळी विलक्षण सहानुभूती निर्माण व्हायची... त्यांचे डोळे अधिकच मायाळू व्हायचे.

संजीवनी ह्या मायेच्या वर्षावात न्हाऊन निघायची.

संजीवनी आरशात बघून तयार होत होती. आरशात आपल्याच रूपाकडे त्या कोनातून पाहत होती. तिच्या चेहऱ्यात या मोजक्या दिवसांत खूप फरक पडला होता. अति कामानं श्रमलेला चेहरा आता टवटवीत झाला होता. गव्हाळ कांती उजळून केतकी वर्णाकडे झुकली होती. डोळ्यांत तजेला आला होता. आपल्याच रसरशीत रूपाकडे पाहून ती खूष होत होती.

आपण एवढे सुंदर आहोत?

आजवर हे कधीच आपल्या लक्षात आलं नाही!

ना कधी कुणी आपल्याला हे सांगितलं.

आपल्याला कधी आरशापुढे उभं राहायलाही वेळ मिळाला नाही. वेळ मिळालाच तर चेहऱ्याला लागलेली राख... हाताची काळजी.

स्वत:ला निरखण्यातही किती सुख असतं!

हिरव्यागार साडीत संजीवनी झळाळून उठून दिसत होती. स्वत:कडे बघता बघता डोळ्यांतल्या ज्योती तेजस्वी होत होत्या. गालावर हसू उमलत होतं.

आणि तेवढ्यात गुरुजी आले.

सौंदर्याचा तो झळाळता ज्योतीगत लवलवता आविष्कार...

गुरुजी पतंगागत वेडावले.

दुसऱ्या दिवशीची सकाळ.

गुरुजी उठले तो संजीवनी दारात रांगोळी काढत होती. पण आज संजीवनीच्या बोटातून फुलं खुलत नव्हती. अखेर त्रासून संजीवनीनं ती रांगोळी पुसून टाकली.

"का गं संजू, काय झालं? रांगोळी का पुसलीस?" गुरुजींनी विचारलं.

संजीवनीनं समोर पाहिलं. सामान्य दिसणारे गुरुजी... केसात क्वचित चमकणारा एखादा पांढरा केस... सावळा रंग....

तिला कालचं आपलं आरशातलं रूप आठवलं..

आणि काल रात्री...

तिचे डोळे विझल्यागत झाले.

"संजू... अगं काय झालं? तुझा चेहरा का उतरला?"

संजीवनीला त्या मायेच्या स्वराचं अप्रूप होतं. त्यांच्या डोळ्यांतलं वात्सल्य पाहावंसं वाटायचं.. धीर मिळायचा.

पण कालचं गुरुजींचं वेगळं रूप, ते का नाही आवडत आपल्याला? संजीवनी विचार करत होती.

"संजीवनी... काल रात्री जे घडलं... त्यामुळे नाराज आहेस?"

"....."

"अगं, विवाहानंतर हे होतच असतं. नवरा-बायकोच्या नात्यातला एक अटळ संबंध हा!"

संजीवनीच्या चेहऱ्यावरची नाराजी स्पष्ट दिसत होती.

"हे बघ, तुला नसेल आवडत तर मी फारसं जवळ नाही येणार." कसं बोलावं हे न कळून गुरुजी काहीसे तुटकपणे म्हणाले. पण त्यामुळे संजीवनी

धास्तावली.

"अहो, नाही आवडलं मला तरी हरकत नाही. पण असे रागावू नका. मला दूर लोटू नका. मला तुमच्याजवळ यावंसं वाटतं, तुमच्या कुशीत झोपावं वाटतं.. पण ते कालच्यासारखं..."

रडकुंडीला आलेल्या संजीवनीला गुरुजींनी जवळ घेतलं. तीही लहान मुलासारखी त्यांना बिलगली.

गुरुजींना सुखाची फारशी तमा नव्हती. स्त्रीसुख केवळ पलंगावरचं खरं अशीही त्यांची धारणा नव्हती. त्यांचं संस्कारक्षम मन रांगोळी घालणाऱ्या संजीवनीला पाहून सुखावायचं... घरातली टापटीप... नीटस सारवलेलं हिरवंगार स्वयंपाकघर.. चुलीवर... घराच्या दाराशी काढलेली पद्मं.... त्यांवरचं हळदी-कुंकू... कपड्यांच्या घड्या...संजीवनीच्या पायांची लगबग.. जोडव्यांचा होणारा टकटक आवाज. ह्या साऱ्यानं ते तृप्त होत होते. घरात वावरणाऱ्या, लगबग करणाऱ्या त्या अनाघ्रात यौवनेकडे पाहून सुखावत होते. सुख ओरबाडून घ्यावं, असं कधी मनाला वाटलंही नव्हतं.

आईबापाविना पोरगी...तिच्या कष्टाचे अन् दुर्दैवाचे सारे भोग संपवायला आपल्या घरात ती आली. तिला समाधान मिळू दे... सुख मिळू दे... हीच गुरुजींची भूमिका. पण क्वचित मन बहकायचं.. मोगरा केसात माळलेली संजीवनी रात्री येऊन कुशीत झोपली, की गुरुजींना राहावयाचं नाही. न्हायल्या केसांचा सुगंध आला, की तिला जवळ घ्यायची ऊर्मी गुरुजींना यायची. आपल्यातल्या उतावीळ पुरुषाला ते अशा वेळी मात्र आवरू शकायचे नाहीत.

नेमके हे क्षण आणि क्षणांमागची कारणं संजीवनीच्याही लक्षात आली होती.

संजीवनीनं डोक्यात गजरे माळणं सोडलं. न्हायल्या केसांना ती लगेच तेल चोपडू लागली. दिवसभराची साडी न बदलता रात्री झोपू लागली. क्वचित काही घडलंच, तर दिवसभर घरात घुम्यानं वागू लागली.

तिची नाराजी गुरुजींच्या लक्षात येत होती. पण त्यांना तिचा राग येत नव्हता. जणू हे असं घडणारच होतं, हे त्यांनी गृहीत धरलं होतं.

पण इतर मोकळ्या क्षणी संजीवनी हसत होती, फुलत होती, खुलत होती.

"गुरुजी... सुट्टीत दोन महिन्यांसाठी आलो आहे. एम. ए. चं दुसरं वर्ष चालू आहे. ह्या दोन महिन्यांत व्याकरण पक्कं करावं म्हणतोय... व्याकरण शिकविण्यात तुमचा हात कुणी धरणार नाही. अगदी आमचे एम. ए. चे प्राध्यापकही... चालेल आलो तर?" रमेशने गुरुजींना विचारलं.

“त्यात विचारायचं काय रमेश? मी नेहमीच तुमचा आहे. कधीही यावं, शिकावं आणि बरं झालं... आमच्या संजूलाही व्याकरण शिकवायचंच आहे. दोघांचं एकदम होईल.”

“ही कोण? तुमची भाची?”

गुरुजी कसेनुसे हसले.

“रमेश, अरे ही माझी पत्नी..”

संजीवनीनं मान खाली घातली व ती कागदावर रेघोट्या ओढू लागली.

रमेश वरमला. म्हणाला, “माफ करा गुरूजी. मला हे माहिती नव्हतं. मी कालच आलो. कुणी काही बोललंही नाही.”

“अरे, असू दे. त्यात माफी कसली मागतोस? वयात अंतर एवढं आहे, की पाहणाऱ्याला...”

“तुम्हाला पाणी आणू का?...” मध्येच उठत संजीवनी म्हणाली व आत गेली.

संजीवनीनं पाण्याऐवजी चहाच करून आणला.

“वा! आमच्या संजूच्या हातचा चहा म्हणजे कधी चहा न पिणाऱ्यालाही आवडेल असा असतो. बस की गं संजू, उभी का? रमेश कुणी परका थोडाच आहे. माझा विद्यार्थी. तुझ्याच वयाचा असेल. कदाचित दोन-चार वर्षांनी मोठाच असेल.”

रमेश काहीसा आश्चर्यचकित होत गुरुजींचं बोलणं ऐकत होता.

गुरुजी अशा स्वरात बोलताहेत, जसं एखाद्या पित्यानं आपल्या मुलीची तारीफ करावी.

संजीवनीच्या गालावरचं हे बालिश हसू... हे पती-पत्नी...!

सहजच संजीवनीचं लक्ष रमेशकडे गेलं -

‘हा आपल्याकडे एवढ्या कणवेनं का पाहतो आहे?’

“चलतो मी गुरुजी... शिकवणीला कधी येऊ?” रमेश म्हणाला.

“संध्याकाळी पाच वाजता माझी शाळा सुटते. त्या सुमारास आलास तरी चालेल.”

रमेश गेला.

“फार हुशार मुलगा.. आताही जिल्ह्याच्या गावी एम. ए. करतोय. पण शिकवण्या घेऊन आपल्या पायावर उभं राहून शिकतोय.”

“पण तुमच्यापेक्षा थोडाच हुशार असेल? शिकवणी कशाला लावता मग?”

“अजून शिकतो आहे तो संजू... स्वतःचं कर्तृत्व दाखवण्याची संधी अजून त्याला आलेली नाही. एम. ए. करील, कदाचित प्राध्यापकही होईल. कदाचित पुढे

आणखी शिकून मोठ्या नोकरीवरही लागेल. तेवढी हुशारी आहे त्याच्यात... बरं वाटतं. असा हुशार विद्यार्थी आपला आहे, हे सांगायला अभिमान वाटतो... बरं, जेवणाचं काय? स्वयंपाक झाला?''

''हो, चला. पाटपाणी घेते...''

संजीवनी व गुरुजी जेवत होते. पण संजीवनीला राहून राहून रमेशची ती दृष्टी आठवत होती.

'ही कसली कणव? कसली सहानुभूती?' सारखा तिच्या मनात विचार येत होता.

आजकाल संजीवनीच्या केसात रोजच मोगरा खुलू लागला. रोज संध्याकाळी स्वच्छ धुतलेली साडी ती नेसू लागली. आरशात बघून हसता हसता तिची दृष्टी कुठल्याशा स्वप्नांच्या ताटव्यात भिरभिरू लागायची. कधी एकटी असताना, कधी गुरुजींच्या समोरही ती तंद्रीत हसायची. गुरुजींच्या जवळ येण्यानंही ती फारशी नाराज होत नव्हती.

पोर खुशीत आहे हे पाहून गुरुजीही सुखावत होते. आजवरच्या आयुष्यात उपरी राहिलेली पोर हळूहळू रुजते आहे. तिच्यावर हसू पालवतं आहे...

गुरुजींना बरं वाटत होतं.

''अरे... आज लवकर आलास?''

गुरुजी शाळेतून घरी आले, तो रमेश घरी बसलेला..

''होय गुरुजी. ह्या बाजूला काम होतं थोडं. आधीचं काम संपलं. म्हटलं, पुन्हा पुन्हा घरी कशाला जा? इथेच थांबावं. तुमचीही यायची वेळ झालेलीच होती...''

''बरं केलंस... संजूशी गप्पा मारल्यास की नाही? तीही कंटाळते एकटी.''

''हो. सध्या कोर्टात आमची कामं चालू आहेत...'' रमेश चटकन विषय बदलत म्हणाला.

''रोजच चक्कर टाकावी लागणार कोर्टात.''

''कोर्टाची कामं विचित्र बाबा. चकरा टाकूनही न होणारी..''

तेवढ्यात संजीवनी चहा घेऊन आली.

''वा! चहा हवाच होता...'' गुरुजी तिला आपल्या स्वरातूनच शाबासकी देत म्हणाले.

संजीवनीनं दुसरा कप रमेशच्या पुढे केला. क्षणभरात तिची गहिरी दृष्टी त्याच्या मनाच्या तळापर्यंत गेली.

चहाचा कप घेताना निसटता झालेला बोटांचा स्पर्श...

संजीवनीच्या बोटांमध्ये जणू तो स्पर्श पेरला गेला. ती हळुवारपणे तो स्पर्श जपत राहिली. इतका की त्यानंतर रात्री अंधारात गुरुजींनी केलेला स्पर्श... दोन्ही स्पर्शांत सरमिसळ झाली. अंधारात स्मृतींचे दिवे लखलखले... त्यात ते रमेशचे रोखलेले डोळे... खूप काही बोलणारे!

संजीवनीची पेशीन् पेशी पेटलेली ज्योत झाली... आयुष्यात अगदी प्रथमच.

आपल्या हातून जे घडतंय, ते चूक की बरोबर हे कळण्याचं खरंतर संजीवनीचं वयच नव्हतं. ओढाळ प्रवाहात ती वाहवून जात होती. एका किनाऱ्याशी गुरुजी... एका किनाऱ्याशी रमेश... एका किनाऱ्याशी शरीर सोडून मन दुसऱ्या किनारी धाव घ्यायचं. अंधारात दोन्ही किनारे जवळ यायचे. एक होऊन जायचे. त्या वेळी किनाऱ्यावर केवळ एकच व्यक्ती तिला अंधारात दिसत राहायची. रमेश... केवळ रमेश!

रमेशचं ओढाळपणे येणं.. सहेतुक स्पर्श करणं... गुरुजींची पत्नी आहे हे जाणवूनही त्याच्या संयमाचे बंध सैलावत जाणं...

आवर न घालता येण्यासारख्या एका उतारावरून संजीवनीचं मन धावू लागलं होतं. त्याला आवर घालणं तिलाही शक्य होत नव्हतं.

ही मिठी... रमेशची.. ही जवळीक... हे उष्ण श्वास.. रमेशचे..

''रमेश!'' एका बेसावध क्षणी संजीवनी उद्गारून गेली.

तो उद्गार ऐकून गुरुजींची मिठी एकदम सैलावली. अचानक आघात व्हावा आणि मन सुन्न व्हावं तसं झालं. ते संजीवनीपासून दूर झाले.

संजीवनी विलक्षण घाबरलेली.. डोळ्यांत पाणी जमू लागलेलं. तोंडाला कोरड पडलेली.

गुरुजींनी उठून कंदिलाची वात मोठी केली. त्यांनी निरखून संजीवनीकडे पाहिलं.

संजीवनीनं डोळे खाली वळवले.

''तुला.. रमेश आवडतो?'' विचारता विचारता गुरुजींचा आवाज घोगरा झाला.

संजीवनीच्या ओठून हो-नाही चा एकही शब्द फुटेना. तिचं कपाळ घामानं डवरून आलं.

गुरुजींनी एक सुस्कारा सोडला. काही न बोलता संजीवनीच्या मुद्रेनंच उत्तर दिलं होतं. ह्या क्षणी त्यांच्या दृष्टीला दृष्टी भिडवणं तिला अशक्य झालं होतं.

''संजू, आपल्या लग्नाला एक वर्ष होऊन गेलं. तुला ह्या घरात काही कमी

पडलं?''

संजीवनीनं नुसतीच नकारात्मक मान हलवली.

"मग तरीही?''

आता मात्र संजीवनीला रडू आवरेना... ती गुरुजींच्या कुशीत शिरून रडू लागली.

"मला माफ करा... पण हे असं का होतं, ते मला कळत नाही... मी मनाला आवर घालायचा प्रयत्न करते, पण..''

संजीवनीच्या त्या प्रामाणिक कबुलीनं गुरुजी अंतर्मुख झाले. तिच्या पाठीवर हात फिरवता फिरवता त्यांचं मन रमेशची अन् स्वत:ची तुलना करत होतं. कधी संजूबरोबर स्वत:ला तर कधी रमेशला ते पाहत होते. संजूसाठी रमेश जोडीदार म्हणून योग्य होता, हे त्यांना पटत होतं. पण... आता ही आपली पत्नी आहे. सर्व अंतरांसकट ही आपली आहे. विरूपता असली, तरी ती आपली आहे. पण हिचं हे आपल्याजवळ येणं... कुशीत शिरणं... काही झालं की रडणं... हिच्या मनात आपण केवळ वडील म्हणून आहोत का? आपलं तिच्याशी असलेलं पतीचं नातं ती स्वीकारू शकणारच नाही? इतका जवळचा संबंध येऊनही? आणि रमेशबद्दलची प्रीती कशी नकळत फुलली?

तिच्या ह्या काही दिवसांतल्या वर्तनातल्या बदलाचं कारण आता त्यांच्या लक्षात येत होतं.

रमेशबद्दल तिला वाटणारी ओढ नैसर्गिक आहे. आपोआपच उमलणारी आहे आणि आपल्याबद्दल तिला वाटणारं प्रेम..? प्रेम की आदर?.... वात्सल्य? सुरक्षिततेपोटी, जीवनाच्या स्थिरतेपोटी उपरेपणा घालवण्याच्या इच्छेनं तिच्यावर लादलं गेलेलं आपलं पतीचं नातं... हो, लादलं गेलेलंच! ह्यात तिची चूक कितपत आहे?

गुरुजी शांतपणे विचार करत होते.

"तुम्ही बोलत का नाही? ... रागावलात का?'' तिनं अगतिक होऊन विचारलं...

"उद्यापासून रमेशचं येणं मी बंद करीन.'' गुरुजी बोलले. स्वीकारलेल्या सामाजिक बंधनांमुळे, नीती, रीतीच्या कल्पनांमध्ये हाच एक मार्ग होता.

संजीवनी काहीच न बोलता उशीवर डोकं ठेवून रडू लागली.

रमेशचं येणं बंद झालं. पण मनाचे धुमारे सर्व बंधनांपलीकडचे होते. दोघंही यौवनातले. आवेगांना मर्यादा घालणं अगदीच अशक्य होत होतं.

एके रात्री गुरूजींची झोप चाळवली, कसलीतरी चाहूल... अलगद दार उघडल्याचा आवाज.

गुरुजींनी पाहिलं, गादीवर संजीवनी नव्हती.

गुरुजी उठले, दाराशी आले... आणि पुढे जाणार तो थबकले.

"संजू, मी तुझ्याशिवाय आता नाही राहू शकत. गुरुजींनी भेटायलाही मना केलं.

"रमेश... काय करू शकू आपण सांग!"

"माझ्याबरोबर चल... आपण इथून निघून जाऊ. संजू, तेवढ्यासाठी मी इतक्या रात्री इथे आलो. उद्या मी इथून निघून जाणार. तू... तू चलशील माझ्याबरोबर तर... मी लगेच निघायचीही सोय केली आहे."

संजीवनी घुटमळली. आपण नक्की काय करावं, हे लक्षात न आल्यानं गोंधळली.

"पण रमेश, गुरुजी?"

"संजू... अगं गुरुजी तुझ्या वडिलांच्या वयाचे. आत्ता नाही, तरी काही वर्षांनी किती तफावत जाणवेल! आणि त्या वेळी तुझ्या हाती काही उरलं नसेल... तू माझ्यावर प्रेम करतेस संजू..."

"हो. पण... तरी गुरुजींना सोडून..."

"मग काय अशीच कुढत राहणार? मी इथून जाईन... पुढे माझं लग्न होईल... हे तुला..."

"नाही रमेश, असं बोलूही नकोस. पण मला भीती वाटते रे..."

"कशाची भीती वाटते? माझ्यावर विश्वास नाही का तुझा?"

"तसं नाही..."

"तिकडे मी शिकवण्या घेतो. कमावतो. लवकरच मला नोकरीही लागेल. का भितेस?"

संजीवनी गप्प होती. काही वेळानं तीच बोलली.

"पण... गुरुजींना असं न सांगता जाणं.. त्यांना सोडून जाणं... रमेश, ते फार चांगले आहेत. ते मला आवडतात."

"होय, तुला ते आवडतात, फक्त आवडतात. पण तू त्यांच्यावर प्रेम नाही करत, तू प्रेम माझ्यावर करतेस. होय ना..?"

"हो."

आता रमेशचा आवाज अधीर झाला होता.

"संजू, बस् हीच वेळ आहे. चल, अशीच चल, माझ्यावर विश्वास ठेवून

चल.''

रमेशनं हात पुढे केला. संजीवनीनं आपला घामेजला हात त्याच्या हाती दिला. आपलं जडशीळ झालेलं पाऊल उचललं.

आणि आतून येणारी प्रकाशाची बारीक तिरीप मोठी होत गेली...

रमेश आणि संजीवनीनं चमकून पाहिलं...

दारात गुरुजी उभे.

काहीसे स्तिमित, तरी चेहऱ्यावर वत्सल, शांत भाव..

''जातेस तू संजीवनी?''

संजीवनीनं आपल्या पदराचा बोळा तोंडावर ठेवला. तिला रडू फुटत होतं.

''मला क्षमा करा गुरुजी. काय करावं हेच कळत नाही मला. पण मी रमेशशिवाय...''

गुरुजी किंचितसे हसले. त्यांच्या डोळ्यांत जमलेलं पाणी त्यामुळे डहुळलं.

''संजीवनी... जा तू, रमेश तुला सुखी करील. माझ्या लक्षात आलं होतं. तू माझ्या घरात रमलीस, पण माझ्यात नाही रमलीस. तुझं आणि माझं नातंच सतत वेगळं राहिलं. ते पती-पत्नीचं कधीच नाही झालं. तसं ते व्हावं म्हणून प्रयत्न केला. पण... ह्या वर्षभरात तुझा लळा लागला... म्हणून तू सुखी व्हावंसं वाटतं. रमेश, तू माझा विद्यार्थी, तरीही तू असं वागावंस! पण शेवटी आपण सर्वच भावनांच्या हातांनी खेळवले जातो. भावना आली की विचार संपला! पण तू मात्र ह्या भावनांना जप. आवेग संपल्यावर त्या भावनांना उधळून टाकू नकोस. तसं झालं तर संजीवनी अगदीच उघड्यावर पडेल. तिचं माहेरचं दारही तिच्यासाठी बंद झालं असेल...''

रमेश अगदीच बावचळून गेला होता. अपराधी भाव त्याच्या चेहऱ्यावर स्पष्ट उमटले होते.

''रमेश, उन्हातून चालणारा माणूस झाडाची सावली दिसताच ओढीनं सावलीखाली येतो. तिथे थांबतो. पण तो तिथे कायमचा राहत नाही. तो झाडाखालून कधी ना कधी निघून जाणारच असतो. झाडानंही तशी अपेक्षा करायची नसते. संजीवनीच्या बाबतीतही तसंच घडलं. होरपळलेली ती माझ्या घरात विसावली. क्षणकाल. पण तिची वाट तिला आता सापडली आहे. जप तिला.''

गुरुजींनी बोलताबोलता निरोपादाखल हात केला. संजीवनीच्या गालावरून अश्रू ओघळत होते.

''चल संजू..'' रमेश भरल्या स्वरात पुटपुटला.

वळलेली संजू अचानक मागे वळली आणि गुरुजींच्या पायाशी वाकली.

''सुखी रहा बेटा. अखेर आपलं नातं हेच होतं. पण अजाणता ते मलीन

झालं. मला माफ कर...''

संजू व रमेश वळले.

गुरुजी पाहत होते. आतल्या कंदिलाच्या प्रकाशाचा पट्टा बाहेरचा अंधार कापत थोड्या अंतरापर्यंत पसरला होता. रमेश व संजीवनी त्या अंधूक प्रकाशातून जात होते. तो प्रकाशही संपला. त्यांनी मग आपलं पाऊल उसळलेल्या गडद अंधारात टाकलं.

गुरुजींनी एक उसासा सोडला.

''आपल्याला काय सापडलं होतं? आणि आपण काय हरवलं?'' त्यांना उत्तर मिळत नव्हतं.

कंदिलाच्या प्रकाशात दारातली रांगोळीतली फुलं पायदळी तुडवल्यानं विस्कटलेली होती.

पण गुरुजींच्या मनात ती फुलं सुगंधासह उमलून आली होती.

◆

५. जाग

संध्याकाळ होत आलेली होती. हळूहळू दिवसानं आपली ओळख हरवायला सुरुवात केली होती. ना दिवस ना रात्र, अशी हिरण्यकश्यपूलाही अस्वस्थ करणारी ती वेळ. मग नाना तर अधिकच अस्वस्थ होणारे. नाना अस्वस्थ अनेक गोष्टींमुळे व्हायचे. आपलं घर, घरातले लोक संबंधित बाहेरचे लोक हे सर्व नानांना अस्वस्थ करणारं होतं. नानांचं सबंध विश्वच एवढं लहानसं होतं, की त्या विश्वातल्या लोकांसाठी नाना अगदीच नगण्य होते. या गोष्टीमुळे नाना अस्वस्थ व्हायचे. आपण नगण्य आहोत, याची जाणीव त्यांना दुर्दैवाने होती.

निदान ते या बाबतीत अनभिज्ञ असते, तर त्यांना एवढी अस्वस्थता जाणवली नसती. त्यांना आपल्या नाना या नावाचाही राग यायचा. ज्या नावात दोनदा नकार असू शकतो, अशा व्यक्तीला नकाराशिवाय काय मिळू शकतं?

लहानपणी आईनं 'नाना, तू हे काम करशील?' म्हटलं, की आधीच दोनदा ना म्हटल्यानं काम व्हायचं नाही आणि तेव्हापासूनच त्यांच्या आयुष्याची दिशा ठरून गेली. कुठलीही दिशा नसणं, कुठेतरी गोठून आपल्यातली पेटण्याची शक्ती हरवणं, ही त्यांची अवस्था होती. ही हरवलेली चेतना घेऊनच नाना आयुष्यभर जगले. काही ताणतणाव न घेता त्यांचे केस निसर्गक्रमानुसार पांढरे होत गेले. आपल्या सर्व्हिसमध्ये नाना कारकुनाचे कारकूनच राहिले. संसारातही त्यांचं स्थान नावापुरतंच राहिलं. आता रिटायरमेंटचे दिवस जवळ आले, तसे नाना अस्वस्थ होत होते. पेन्शन मिळेल वगैरे खरं.. पण दिवसभर काय करायचं? कुणाशी बोलायचं? ऑफिसमधले बॉस बदलत गेले. प्रत्येकानं त्यांना कसंबसं खपवून घेतलं. तीन वर्षांनी आपली बदली झाल्यावर या माणसाशी संपर्क तुटणार, या जाणिवेने त्यांनी नानांना सांभाळून घेतलं. शक्यतोवर नानांजवळ महत्त्वाच्या फायली द्यायच्या नाहीत, हे त्यांचं धोरण होतं. पण घरी आले, की घरचा बॉस मात्र पस्तीस वर्षे तोच होता. नानांची बायको. आणि नानांशिवाय आपल्याला कोणताही पर्याय नाही म्हणून की काय, ती नानांवर वैतागलेली असायची. नानांच्या नाकर्तेपणावर, त्यांच्या अजागळपणावर, मुखदुर्बलतेवर ती सतत शेरे मारत असायची. आपल्याला दोन मुलं झाली याचं कारण, नानांच्या नाकर्तेपणापेक्षाही आपलं कर्तेपण, हे तिच्या मनानं पक्क घेतलं होतं. त्या कर्तेपणानं तिनं मुलांना वाढवलं होतं आणि वाढवता वाढवता नानांबद्दलची तिरस्कृत वृत्तीही मुलांच्या मनात निर्माण केली. नानांसारखे आणखीही कारकून नव्हते असं नाही; पण सरळ चालणाऱ्या घोड्यांची गती अधिक असते, या न्यायानं ते कारकून तिरकस बोलत, वजिराच्या क्षमतेनं आपलं काम करत होते. वेळ आलं की नानांचं प्यादं पुढे करत होते. प्रत्येक वेळी ते प्यादं खर्ची पडायचं. कितीदा तरी नानांचा स्व गतप्राण व्हायचा. आपलं निस्त्राण शरीर ओढत नाना घरी यायचे. स्वतःच्याच अंत्ययात्रा नानांनी अनेकदा पार पाडल्या होत्या. आताही आपलं हडकुळं शरीर दाखवणारी बनियन घालून नाना भिंतीकडे पाहत बसले होते. भिंतीवर एक पाल फ्रेमपाशी बसली होती. समोर एक बारीकसा किडा अनभिज्ञतेने बसला होता. पालीचे बटबटीत डोळे त्या किड्यावर रोखलेले होते. तो किडा मध्येच आपल्या पायांची हालचाल करत होता. पाल सावध होत होती. आता आपल्याला लवकर झडप घालावी लागणार, हे पालीनं ओळखलं. ती सावकाश दबा धरतच पुढे सरकली.

नाना घाबरले. त्यांना त्या किड्याला वाचवावंसं वाटू लागलं. कदाचित त्या किड्यातलं आणि स्वत:तलं साम्य त्यांना जाणवलं, म्हणून की काय कुणास ठाऊक? पण त्यांना त्याच्याबद्दल आत्मीयता वाटू लागली. पण ती पाल... ते त्या किड्यासारखेच संमोहित झाल्यासारखे पाहू लागले. त्यांनी बोटं गच्च आवळली. त्यांचे ओठ आपोआपच विलग झाले. घाबरून त्यांचं तोंड उघडं पडलं. डोळे विस्फारले आणि शेवटी पालीनं झेप घेतली. तिच्या तोंडात अडकलेला किडा तडफड करू लागला. हळूहळू किड्याचं शरीर पालीच्या तोंडात दिसेनासं होत गेलं. शेवटी उरले तडफडणारे दोन पाय. तेही दिसेनासे झाले. नाना अजूनही तसेच त्या पालीकडे पाहत होते.

"वा! काय ध्यान पाहत बसलंय! एवढी त्या किड्याची कीव आली होती तर पालीला हाकलायचं की!" ते बायकोच्या शब्दांनी भानावर आले.

"पालीला?" ते दचकून म्हणाले.

बायकोनं शुकशुक करीत पालीला हाकललं. पाल फ्रेमच्या मागे जाऊन बसली.

"अहो, अशा कितीतरी पाली मी मारते. स्वयंपाकघरातल्या काय, मधल्या खोलीतल्या काय, पण ही पाल मी मुद्दामच राहू दिली. बरी आपली किडे खाते." बायको पाल पाळल्यासारखी सांगत होती, किडे खाऊ द्यायला.. मघापासून नानांना स्वत: किडा असल्यासारखं वाटत होतं. आता त्यांना त्यांची बायको पाल वाटायला लागली.

या बाईनं आपलं काय काय खाल्लं? आपला स्वाभिमान, ताठा. म्हणजे तो आपल्यात कमीच होता. पण हिनं जो थोडाफार होता, तोही गिळंकृत केला. आता आपण उरलो. रिटायरमेंट जवळ आलेले. एकदा रिटायर झालो, की ही आपल्याला पूर्ण गिळून टाकेल. उरेल फक्त शरीर. स्त्री एवढी कजाग असू शकते? नवऱ्याला एवढं हिणकस समजू शकते?

"चला उठा आता. बाळू येईल. तो आला की त्याला पलंग स्वच्छ, चादर झटकलेली लागते." मुलाविषयीच्या काळजीयुक्त स्वरानं ती बोलत होती. बाळू एका लहानशा इलेक्ट्रॉनिक्सच्या दुकानात सटरफटर कामं करणारा. पण आईच्या मुशीत तयार झाला. आईसारखाच रुबाब गाजवणारा. हेच आपल्याला जमलं नाही. आता बाळू येईल. रुबाबात पलंगावर बसेल. आईच्या हातचा चहा पिईल. मग आपण मालकाला जी वस्तू दुरुस्त करणं जमलं नाही, ती कशी दुरुस्त केली, हे सांगेल आणि त्याची आई आपले डोळे मोठे करून ते कौतुक ऐकत राहील. त्या पालीसारखी. मग बोलण्याचा विषय हळूहळू आपल्यावर घसरेल. आपला उद्धार

सुरू होईल. या दीड खोलीत मी कशी यांच्यापायी राहिले, कसा संसार रेटला, हे ती सांगू लागेल.

"बाळ, लवकर स्वत:चं दुकान घाल बाबा. मी आपली तुझ्याजवळ राहायला येईन."

ती त्या मायलेकाच्या विश्वातून त्यांना एवढी चटकन वगळून टाकायची, की हा पोरगा खरंच आपल्यापासून जन्मला का, याची नानांना शंका यायची. थोडी तर स्वत:ची ओढ हवी ना! तरुणपणी कुणा दुसऱ्याबरोबरही... पण तो विचार करतानाही नाना चुकायचे. तसले विचार करायचं धाडस नानांमध्ये नव्हतंच.

आताही नेहमीप्रमाणे विषय नानांवर येऊन ठेपला.

"साधी रेशनची साखर आणायला नको. यायचं मेलं ऑफिसातून. आलं की बसायचं पलंगावर. कुठे पाली बघ, कुठे किडे बघ करत. बाळू, तूच आण पाहू साखर."

बाळू मग ऐटीत उठला. "चांगली पिशवी दे गं आई" म्हणत त्यानं केसांवरून हात फिरवला. मग "द्या ना हो नाना पैसे" म्हणत पैसे घेतले.

नानांनी कितीदा तरी बाळूला रेशनच्या रांगेतल्या बायकांकडे पाहून शिट्टी वाजवताना पाहिलं होतं. उरलेले पैसे तो सिगरेट घेण्यात घालवायचा. साखर आणणं त्याच्या पथ्यावरच पडायचं. वर उपकार केल्यासारखं दाखवायचा.

"हे आपणच का नाही करत?" नाना स्वत:वरच चिडायचे.

नाना रेशन आणायला गेले, की गर्दीत मागे ढकलले जायचे. त्यांचा नंबर येईस्तोवर रेशनचा माल संपलेला असायचा.

नानांनी नेहमीप्रमाणे पैसे दिले. बाळूनं समोरच असलेल्या रेशनच्या दुकानाकडे पाहिलं. लायनीत बऱ्याचशा पोरीबाळीही होत्या.

"आई, जातो गं मी." म्हणत बाळू केसांवरून पुन्हा हात फिरवत बाहेर पडला.

पोराकडे कौतुकाने पाहणाऱ्या आईची दृष्टी नानांकडे जाताच पुन: बदलली. तिरस्कृत झाली. "पाली बघतात हं." तिनं मान उडवून हेटाळणी करत म्हटलं.

"अगदीच नको काही हे करायला.." नानांना शब्द सुचेना.

"'हे' करायला म्हणजे काय?" आपला हात नानांपुढे नाचवत तिनं विचारलं. "जसे तुम्ही आहात तसेच वर्णन केले. त्या वेळी काय धूळ बाबांच्या डोळ्यांत पडली होती... एवढी मुलं सांगून आली होती. पसंती विचारली नाही, काही नाही. तुमच्या गळ्यात मला बांधलं."

जणू काल प्रसंग घडावा, तशी ती चाळीस वर्षांपूर्वीचा प्रसंग वर्णन करून

सांगत होती. आता तेही नेहमीचंच झालं होतं. पंचावन्न वय झालं, तरी तिला ती त्या वेळची पहायला आलेली गोरीगोमटी जुल्फं ठेवलेली मुलं आठवायची. ती एकेकाचं वर्णन करायची.

नानांना सांगावं वाटायचं 'बाई तोही आता माझ्याच वयाचा असेल. त्यालाही टक्कल पडलं असेल किंवा त्याचे केस पांढरे झाले असतील.' पण नाना तिच्या या आवेशामुळे अगदीच दडपणाखाली जायचे. गप्प बसायचे.

वारुळातून मुंग्या बाहेर पडाव्यात, तसे बायकोच्या तोंडातून शब्द भसाभसा बाहेर पडत राहायचे. नानांच्या मेंदूवर त्या शब्दांचा अर्थही पोचायचा नाही, एवढं आता नानांचं मन कोडगं झालं होतं. नानांना राग यायचा तो फक्त स्वत:चा. आपलाच कणा ताठ नाही, आपण अगदीच लेचेपेचे आहोत, म्हणून हे सर्व आपल्याला अंगठ्याखाली दाबून टाकतात. आपण कणखर असायला हवं होतं. स्वत:चं कणखर रूप नानांना एखाद्या स्वप्नासारखं अप्राप्य वाटत राहायचं.

बायको बडबडत होती. नाना खिडकीतून खाली पाहत होते. समोरच रेशनचं दुकान होतं. लाइन लागली होती. लायनीत बाळू उभा होता आणि तेवढ्यात एक टोळकं आलं. मस्तवाल गुंडच होते ते. त्यांच्या भडक कपड्यांवरून त्यांची ओळख पटत होती.

त्यांना पाहताच रेशनच्या दुकानदारानं पटकन शटर लावून टाकलं.

लोकांचा आरडाओरडा सुरू झाला. नाना दचकलेल्या उत्सुकतेनं पुढे काय होतं. ते पाहत होते.

"आम्हाला रेशन द्या.." लोकांचा ओरडा सुरू झाला.

"चला.. काही नाही रेशन वगैरे. पळा आपल्या घरी."

त्यांतल्या एकानं चाकू दाखवत म्हटलं.

भराभर लोक पांगले. बाळूही पटकन बाजूला झाला. बाळूच्या चेहऱ्यावरची भीती नानांना स्पष्ट दिसली. बाळू एवढा घाबरेल, असं नानांना वाटलं नव्हतं.

पण एक तिशीचा माणूस मात्र तसाच उभा राहिला.

"का रे एऽऽ, कळत नाही का तुला काय म्हटलं ते?" तो गुंड त्या माणसावर डाफरला.

"अहो, पण आम्हाला रेशन हवंय. रेशन नाही मिळालं तर आम्ही काय खाणार?" तो माणूस सर्व धीटपणा गोळा करत म्हणाला.

"काय खाणार?... मट्टी खाओ..." फिल्मी स्टाइलनं तो गुंड म्हणाला.

"हे बघा, रेशन मिळणं आमचा हक्क आहे."

"एऽऽ, हक्काची भाषा कोणासमोर बोलतो?" गुंडाचा आवाज चढला.

"कुणासमोर म्हणजे? तुमच्या गुंडगिरीला आम्ही किती दिवस भ्यायचं? दरवेळी रेशनचं दुकान उघडलं, की तुम्ही तसंच करता. तुमचं आणि त्या दुकानदाराचं संगनमत आहे."

एवढ्या मोठ्या गुंडापुढे एक किरकोळ माणूस एवढं बोलू शकतो!

नानांना आश्चर्य वाटलं. पण पुढच्या क्षणी त्यांनी आ वासला. कारण त्या गुंडानं त्या माणसाची कॉलर पकडली.

"क्यूँ बे, बहोत बोलता क्या?" त्यानं दमदाटी करत म्हटलं.

त्या माणसानं भोवतालच्या माणसांकडे पाहिलं. सर्वजण पुतळ्यासारखी उभी होती; पण त्यांचा अंदाज पाहत तो माणूस चुकला. त्याला वाटलं, ही माणसं आपल्या मदतीला आलीत.

"हे बघा, मी रेशन घेऊन जाणारच. मी एकटा नाही. माझ्याबरोबर अनेक जण आहेत." तो बोलत होता. आणि गुंडानं सुरी बाहेर काढली.

"तेरे को रेशन होना क्या...? ले... ले.. ये ले..." त्यानं सुरी प्रत्येक वेळी त्या माणसाच्या अंगात खुपसत म्हटलं.

"वाचवा..." तो माणूस तडफडत भोवतालच्यांना हाका मारत होता; पण सर्व चार पावलं मागेच सरकले. काही हळूच सटकले. त्या सटकण्यात बाळूही होता.

"कौन आ रहा रे इसको बचाने?" गुंडानं आरोळी ठोकत विचारताच सर्वजण निघून गेले. आता उरले केवळ ते गुंड आणि तो जखमी माणूस.

पालीनं अर्धवट गिळावं तसं गुंडांनी त्याला अर्धमेलं केलं होतं. आता ते उरलेलं काम पूर्ण करू लागले. त्याचे तडफडणारे पाय फक्त नानांना दिसत होते.

भीतीनं त्यांचा चेहरा पांढराफटक पडला. अंग कापू लागलं.

गुंड पळून गेले, तेव्हा तो माणूस निपचित झाला होता. रक्ताच्या थारोळ्यात पडला होता.

नानांना ते रक्त पाहवलं नाही. त्यांनी हातांनी डोळे गच्च बंद केले. त्यांच्या नकळत त्यांना हुंदके फुटू लागले.

त्या माणसाच्या बायकोला कुणी सांगितलं असणार. ती धावत आली होती. तिचा आक्रोश सर्व मोहल्ल्यात पसरत होता. तेवढ्यात बाळू वर आला. नानांची बायकोही ते दृश्य पाहून धपापत होती.

"बाळूऽऽ, अरे काय भयंकर!" शारदाबाई उद्गारल्यासारख्या बोलल्या.

"आयला! कसले गुंड ते! पण तो उगलेही मूर्खच साला. गुंडाच्या नादी कशाला लागायचं? मेला ना हकनाक."

“आता त्याला मुलगा झाला. तीन महिने झाले. आणि यांना काय झालं?” भीतीनं हुंदके देणाऱ्या नानांकडे पाहत बाळूनं विचारलं.

“ते भेदरलेत!” स्वत:चं घाबरणं विसरून शारदाबाई म्हणाल्या.

“त्यात काय घाबरायचं? भेदरट..” बाळूनं कुत्सित आवाजात म्हटलं. आता मात्र नानांना राहवलं नाही.

“मला भेदरट म्हणतोस बाळ्याऽ? पण तू काय केलंस, आँ? तो माणूस मदत मागत होता, तर आलास पाय लावून पळत. एवढं धीटपण आहे तर त्याच्या मदतीला जायचं असतंस.”

“मी काय बावळा नाही त्या उगलेसारखा.”

“अरे, तुझ्यासारखे सर्व लोक भेदरट, बावळट आहेत. पण तू कसा हे तर पहा. तो गेला, पण धीटपणानं प्रतिकार करून गेला. तू आणि तुझे टोळभैरव मित्र तर नुसते पाहत होता ना!”

“नाना, धिटाईच्या गोष्टी तुम्ही करू नका.”

“नाही तर काय? मेलं पालीला हाकलण्याचं धाडस नाही अंगात आणि बोलणं बघा!” शारदाबाई मुलाच्या हो ला हो लावत म्हणाल्या.

नानांनी बाहेर पाहिलं. उगलेची बायको आक्रोश करत होती. एका हातात तीन महिन्यांच्या मुलाला तिनं कसंबसं धरलं होतं. लोक तिला मदत करायला यायलाही घाबरत होते.

“एवढीशी पोर. पंचविशीची असेल नसेल. साध्या रेशनपायी नवऱ्याला गमावून बसली. साधी सुती साडी अंगावर आहे. पुढे काय करील? हिचं माहेरचं-सासरचं कुणी असेल? आयुष्यात ती पुढे काय करेल? एका क्षणात अनेक प्रश्न नानांच्या मनात येऊन गेले. किती असहाय आहे ती! आपल्यापेक्षाही असहाय. आपल्याला नोकरी तरी आहे. नोकरीच्या भरवशाची काठी नानांच्या मनाला मिळाली आणि एकाएकी त्या विचारानं नानांच्या कण्यात काही सरसरत गेलं. आपला कणा ताठ झाल्यासारखं त्यांना वाटलं.

“बाळ्या, चल आता तरी तिला मदत करू आपण.”

“वेडे की काय तुम्ही बाबा? खुनाचा मामला आहे. त्यातही तो खून गुंडांनी केलेला. आपण कशाला मध्ये पडायचं?”

पण त्या पोरीचा आक्रोश नानांच्या कानात घुमत होता. एकीकडे आपलं दुबळेपण आणि दुसरीकडे तिचा आक्रोश... तिचं अधांतरी भविष्य. नानांच्या पायात शक्ती आली. ते बाहेर पडले.

“जोशी... चला.”

"चलायला हवंच का?"

"आपल्याशिवाय कोण आहे या क्षणी तिला?"

"चला... पण थोडं सावध राहू या."

पाच-सहा जण कशीबशी जमली. पोलिसांना फोन केला.

रडणाऱ्या उगलेच्या बायकोला नानांनी समजावलं. तिच्याकडून नातेवाइकांचे पत्ते घेतले. त्यांना जाऊन तारा केल्या. अखेर चारजणांनी उगलेला उचललं आणि शववाहिनीत टाकलं.

नानांनी डोक्यावर तांब्यातून पाणी ओतलं आणि ते विचारात तसेच उभे राहिले.

आपण बरंच काही केलं! हे आपण कसं करू शकलो? बाळू नको म्हणत असतानाही आपण तिच्या मदतीला धावून गेलो. चार माणसांना समजावून गोळा केलं. पतीच्या रक्तानं लडबडलेल्या त्या पोरीला धीर दिला. तारा केल्या. त्यांना खरंच वाटेना. हे सर्व आपण केलं? एवढे ५०-५५ वर्षांचे लेचेपेचे आपण असं सगळं करू शकतो.

त्या मुलीच्या दु:खात एवढी शक्ती होती का अन्यायाविरुद्ध शब्द काढणाऱ्या उगलेच्या अखेरच्या शब्दांतली शक्ती आपल्याला भारून गेली?

नाना भानावर आले. त्यांनी आपल्या हातांकडे पाहिलं. पोरीला सावरतानाचे रक्त आताही नानांच्या हाताला लागून होतं... हे उगलेचं रक्त... अन्यायाविरुद्ध उभं राहणाऱ्याचं रक्त.

नंतर नानांना ते रक्त अंगावरून पाण्यानं धुऊन काढवेना. नाना बाहेर आले. त्यांनी वरून बाहेर डोकावलं. रेशनचं दुकान बंदच होतं. उगलेचं जमिनीवर सांडलेलं रक्त सुकलं होतं.

नाना उसासून वळाले. पाठीशी बाळू उभा होता.

"काय बघताय नाना?"

"मघाशी तिथे उगले पडला होता."

"हं... पण आता ते विसरा. झालं तेवढं खूप केलं तुम्ही."

"काय केलं मी?"

"अविचार! आणखी काय?"

"कसला अविचार केला रे मी! पोलिसांना फोन नको करायला?"

"मी तुम्हाला आधीच म्हटलं होतं, की हा गुंडांचा मामला आहे. या उगलेच्या बायकोला मदत केलीत, ते ठीक झालं. पण पोलिसांना बोलवायची काय गरज होती? आता पोलिस येतील. चौकशी करतील"

नाना पुन: घाबरले. पोलिस दरडावून आपल्याला काही विचारताहेत आणि आपण चाचरत उत्तर देतो आहोत. हे दृश्य त्यांच्या डोळ्यांपुढे आलं. त्यांनी कपाळावरचा घाम पुसला.

''काय सांगतोय मी? पोलिसांनी काही विचारलं, तर मी समोर नव्हतो असं सांगा सरळ... कळालं ना!''

''हो हो.'' नाना पटकन बोलून गेले.

पण नानांना तरीही चैन पडेना. ते जोशींकडे गेले.

''जोशी, पोलिस येतील. विचारपूस करतील. घटना घडताना आपण समोर नव्हतो, असं सांगा बरं का. त्या मुलीला नुसती मदत केली एवढं मान्य करायचं.'' ते जोशींना समजावून सांगू लागले.

''तरी मी तेव्हाच तुम्हाला नको म्हटलं. पण तुम्हाला त्या पोरीचा कळवळा आला. आता मीही त्या पोलिसांच्या चौकशीत अडकेन ना!''

''नाही अडकणार, आपण सर्वजण मिळून एकच जबानी देऊ.''

''नाना... त्या मुलीचे नातेवाईक कुणी आले का हो?''

''कुणास ठाऊक? पण उगले परिस्थितीनं सामान्यच होता. त्याच्या मागे त्या मुलीचं करणारं कोण असणार कुणास ठाऊक?'' नानांना आपल्या लग्न होऊन सासरी गेलेल्या मुलीची आठवण येत होती आणि त्यांचं मन कणवेनं भरून येत होतं.

''आपण भेटायचं का तिला?''- नाना

''नको नको.'' जोशी घाबरून म्हणाले.

''माझा मुलगा म्हणाला, तुम्ही या लफड्यात अडकू नका. तो गुंड उगाच आपल्यालाही त्रास देईल.''

''ठीक आहे.'' नाना उठले. पुन: आपल्या घराकडे जायला जिना चढणार, तो क्षणभर पायरीवर रेंगाळले आणि ते वळून उगलेच्या घराच्या दिशेनं चालू लागले.

उगलेच्या घराकडे जाताना आपल्या पायात आजवर न अनुभवलेलं बळ, आत्मविश्वास आला आहे, हे त्यांना जाणवून गेलं.

रात्र झाली तरी नानांच्या डोळ्यांसमोरून उगलेची बायको हलत नव्हती. भिंतीला टेकून ती बसली होती. मांडीवर मूल होतं. ते मध्येच रडत होतं. पण त्याची संवेदना तिच्यापर्यंत पोचत नव्हती. शुद्ध हरपल्यासारखी ती उघड्या डोळ्यांनी अचेतन बसली होती. नानांना पाहिल्यावर मात्र तिनं हंबरडा फोडला. नानांनी

आपल्या पतीच्या अंत्ययात्रेच्या वेळी मदत केली होती, हे तिच्या लक्षात होतं.

"मी आता कशी जगू?" हा तिचा प्रश्न नानांच्या डोक्यात वादळ उठवत होता. सासरची एक-दोन माणसं, माहेरची दोन-तीन माणसं तिथे होती; पण कोणीही तिला पटकन आधाराचे दोन शब्द बोलत नव्हतं. माणसं नुसतीच उसासे सोडत बसली होती. दु:खात हरवलेल्या तिच्या सावध मनाला तेवढी जाण मात्र होती. ती कुणी आजूबाजूला नसल्यासारखी नानांच्या समोर रडत होती.

"माझ्या नवऱ्याच्या खुनी माणसाला शिक्षा व्हायला हवी. माझं जीवन ज्यानं उद्ध्वस्त केलं, त्याला मोकळं सोडायला नको. तो फासावर लटकायला हवा." ती रडता रडता बोलली होती. जणू नाना हे सर्व करू शकतील, या विश्वासानं ती त्यांच्याजवळ बोलली होती.

"होईल बेटा... असेच होईल. त्यांना पकडलं जाईल." नाना एक कणखर आश्वासन देत म्हणाले.

संध्याकाळीच पोलिसांची गाडी आली. विचारपूस सुरू झाली. बाळू नानांच्या कानात कुजबुजला. "नाना, काही बोलू नका बरं. गप्प राहायचं."

"हं, ते काय बोलतात? साधं चहा हवा का म्हटलं, तर हो किंवा नाही त्यांच्या तोंडून बाहेर निघत नाही." शारदाबाई कुत्सित स्वरात म्हणाल्या.

"पण बाळ्या, गुंडाला पकडायला नको का?"

"पकडला तर त्याची दहा माणसं मोकळी सुटलेली असतात. नंतर तीच आपल्याला त्रास देतील." नानांच्या डोळ्यांपुढे ते गुंड आले. त्यांच्या हातातला सुरा.. उगलेचे तडफडणारे पाय. नाना घाबरले. नको, फालतूची ब्याद मागे लागायला नको. पोलिसांनी विचारपूस केली. सर्वच माणसं शहाणी होती.

आम्ही कोणीही त्या वेळी घरी नव्हतो, असं प्रत्येकानं ठासून सांगितलं. नानांनीही.

"हे बघा, आम्हाला इथला गुंड कोण आहे ते माहिती आहे. मापशाला आम्ही अटक करू. पण तुमच्यापैकी एकानं जरी साक्षीदार म्हणून त्या वेळी काय घडलं ते सांगितलं आणि मापशाची ओळख पटवली, तर त्याला शिक्षा होईल. त्याला आम्ही चार दिवस अडकवू शकू. तेवढ्यात कुणी येऊ शकलं, तर बरं होईल." इन्स्पेक्टर समजावून सांगत होते. कोऱ्या मद्दड पाट्यांवर लिहिण्याचा प्रयत्न करून पोलिस मापशाला अटक करायला निघून गेले.

सर्वांनी सुटकेचा नि:श्वास सोडला. नाना मात्र जड हृदयाने बसले. कोणीही मापशाचं नाव सांगायला तयार नाही.

"काय रे बाळू, आपण हळूच जाऊन मापशांच नाव सांगितलं तर?"

त्यांनी बाळूला म्हटलं.

"हे बघ आई आता नाना हळूच जाऊन सांगितलं, तरी कोर्टात केस चालल्यावर तिथे सर्वांसमोर जाऊन साक्ष द्यावी लागते. साक्ष देतानाही आपलं नाव, पत्ता पोलिस लिहून घेत असतात. तुम्ही गप्प बसा." बाळूनं त्यांना थोडंसं वेड्यात काढल्यासारखं, थोडंसं समजावून सांगितल्यासारखं केलं.

"हं..." नाना खिडकीपाशी आले. तिथून खाली पाहू लागले. उगलेच्या वाळलेल्या रक्ताला आता कुत्री चाटत बसली होती.

उगलेची बॉडी नेताना ती रक्ताळलेली मातीही न्यायला हवी होती. चुकलंच. उगलेचा काही अंश अजून तिथे आहे. नाना विचार करता करता थरारले. त्यांना उगलेचं 'वाचवा' ऐकू येऊ लागलं. "माझ्या नवऱ्याचा खुनी पकडला गेला पाहिजे." हे म्हणणारी उगलेची बायको आठवली. पण उगले गेला. कुत्र्याच्या मौतीनं गेला. सगळ्यांच्या साक्षीनं त्याचा खून झाला. आता त्याचं रक्त कुत्री चाटताहेत.

नाना तिरीमिरीनं खाली आले. त्यांनी कुत्र्यांना हाकललं. त्यांनी माती रुमालात गोळा गेली. ते उगलेच्या घरी आले.

"पोरी, हे ठेव सांभाळून."

उगलेची बायको अजूनही भिंतीशी बसली होती. जवळ एक-दोन बायका दिसत होत्या.

"काय?" तिनं अनुत्सुकतेनं विचारलं.

"अस्थिविसर्जनाच्या वेळी याचंही विसर्जन कर. तुझ्या नवऱ्याचं रक्त सांडलेली माती आहे ती. कुत्री चाटत होती."

उगलेची बायको थरारून उठली. "चाटू द्या कुत्र्यांना. अशा माणसांचं असंच होतं. जेव्हा पाहावं तेव्हा अन्याय सहन करणार नाही म्हणायचे. मी समजवायचे. पण ऐकलं नाही. शेवटी जे व्हायचं ते घडलं. पण एवढी दोनशे माणसं समोर होती. ज्यांनी त्या गुंडांना पाहिलं होतं, एकानंही ओळख पटवली नाही. तुम्ही म्हणाला होता, सकाळी गुंडांना पकडलं जाईल. आता काय त्या शब्दांचं? पोलिस आले होते. तुम्हीही गप्प होता. आता आलेत त्यांची माती घेऊन!" आणि तिला अनिवार रडू फुटलं.

नानांचे हात कापू लागले. अखेर तिनंच सावरलं.

ती पुढे आली. तिनं रुमाल हाती घेतला. ती लाल माती पाहून तिला पुन: रडू फुटलं. उगलेचं एवढंसं अस्तित्व तिच्या हाती सामावलं होतं.

"माफ करा काका, मी बोलले तुम्हाला; पण... मला वाटलं होतं, एखादा तरी माणूस माझ्यामागे उगा राहील; पण मी एकटीच पडले. त्यांना मारणाऱ्याला

शिक्षा नाही होणार..''

तिला तसंच रडतं ठेवून नाना बाहेर पडले.

सर्व षंढ आहेत. बाळू... आपण, आपली बायको आणि आपल्यासारखेच सर्व जे इतरत्र विखुरले आहेत ते... सगळ्यांचे चेहरे सारखेच. काही आपल्यासारखे भित्रे, काही बाळूसारखे बेदरकार, काही शारदेसारखे तोंडाळ. पण सर्व षंढच.

पुन:पुन्हा उगलेच्या बायकोची केविलवाणी मूर्ती त्यांच्या डोळ्यांपुढे येत होती.

रात्रीचे दहा वाजले होते. बातम्या संपल्या होत्या. टी.व्ही. वर इतर कार्यक्रम सुरू होणार होते. तोच दार वाजले. बाळूनं उठून कडी काढली.

पाहता पाहता दोन गुंड आत शिरले. टी. व्ही. वर नेहमी दिसणारं एक दृश्य आपल्या घरात साकारतंय की काय, असं नानांना वाटून गेलं.

''पोलिसांना खबर कुणी दिली आँ?'' त्यांनी बाळूची कॉलर पकडत विचारलं. बाळूचे हातपाय लटपटू लागले.

''मी नाही... मी नाही.'' तो केविलवाणेपणे गयावया करत बोलू लागला.

''याच घरातून कोणी गेलं होतं. आम्हाला कळालंय.'' गुंड अगदी खात्रीनं बोलत होते.

''बोल कौन गया था?'' दुसऱ्यानं आणखी आवाज चढवला.

''बताता हूँ... वो ... वो गये थे.''

''कोण आहेत ते? बोल, कोण आहेत ते तुझे?''

''कोणी नाही... एक पाहुणा...'' बाळूनं पटकन उत्तर देऊन टाकलं . त्याची कॉलर गुंडांनी सोडली. ते नानांजवळ आले. त्यांची मानगूट त्यांनी धरली.

''ए बुड्ढे, चूपचाप यहाँ से निकल जाने का. क्या? अपने गांव का रस्ता पकडना. फिर इधर देखा तो देख...''

''मी कुठे जाऊ?''

''तुझ्या घरी... तू यांचा पाहुणा आहे ना!''

''सांग हा कोण आहे तुझा?'' बाळूकडे बोट दाखवत नानांना विचारलं.

पण नानांनी काही उत्तर द्यायच्या आत बाळूच घाईनं म्हणाला,

''वो कोई नहीं मेरा. सांगितलं ना. त्याला मी उद्याच पाठवतो त्याच्या गावी.''

''ठीक है, मापशाका नाम लेना नहीं किसीने.''

''नहीं नहीं...'' बाळू आदरयुक्त भीतीने म्हणाला. गुंड निघून गेले.

आता बाळू नानांकडे वळाला. त्याने नानांची कॉलर धरली.

''पाहिलंत ना! आज पुन: उगलेच्या बायकोला भेटायला गेला होता! मला कळत नाही, असं समजू नका. उद्यापासून तिच्याकडं जायचं नाही. कोण लागते हो ती तुमची? तिच्यावर तुमचा डोळा.'' आणि दुसऱ्या क्षणी नानांचा हात उठला. बाळूच्या श्रीमुखात त्यांनी भडकावली.

''तोंड सांभाळ बाळ्या. गुंडांपुढे शेपटी पायात घालतो आणि माझ्यापुढे तोंड उघडतोस का? एवढं होतं तर त्यांच्याशी दोन हात करायचे... कोण लागते ती माझी. माझी लेक आहे समज. अंगात बळ नसलं तरी नीतिमत्ता बाळगली आहे मी. तुझ्या अंगातलं पाणीही मी जोखलंय. आपल्या बापाची ओळख द्यायला घाबरलास? पाहुणा आहे मी? डोळे दाखवायचे ते त्यांच्यावर दाखव. माझ्यावर नाही.'' एका दमात ते बोलून गेले. शारदाबाई आणि बाळू आश्चर्यानं पाहत राहिले. उभ्या आयुष्यात नाना कधी एवढं बोलले नव्हते.

''नाना, गुंडांच्या नादी लागणं...''

''तू नको लागूस त्यांच्या नादी. नुसत्या शिट्ट्या फुंक पोरींकडे पाहत.''

''नाना, तुम्हाला कळत नाही. तुम्ही त्या खुनाच्या भानगडीत पडलात तर तुमच्या जिवाला धोका आहे. तुमच्यामुळे आमच्याही.''

''हो ना काही मागचापुढचा विचार?'' शारदाबाईंनी पोराच्या हो ला हो लावली.

नानांनी तिरस्कारानं बाळूकडे पाहिलं. ''बाप म्हणून जिवंतपणीच माझी अंत्ययात्रा काढलीस. आता संबंधच काय उरला?'' नानांनी आपली वळकटी घेतली आणि ते गॅलरीत आले. त्यांनी बाहेर पथारी पसरली.

नानांच्या डोक्यात विचारचक्र चालू होते. त्यांनी दुकानात सामान घेतलं. ते वळाले. पाठीशी उगलेची बायको उभी होती. तिनं डोक्यावर पदर घेतला होता. त्यातूनही तिचं फटपटीत कपाळ दिसत होतं.

''नाना...'' तिनं हाक मारली.

''काय?''

''नाना, आज शेवटची तारीख आहे.''

''अं... हो.''

''नाना, तुम्ही जाल? मी गुन्हेगारांना पाहिलं नव्हतं. तुम्ही पाहिलंत. माझी सर्व भिस्त तुमच्यावर आहे.''

''....''

तिनं हात पुढे केला आणि मूठ उघडली. तिच्या मुठीत माती होती.

"नाना, ही माती ओळखलीत. या मातीत त्यांचं रक्त मिसळलं आहे. या मातीची, या रक्ताची शपथ घेऊन सांगा. नाना तुम्ही साक्ष द्याल?"

नानांच्या डोळ्यांपुढून पुन: एकदा तो प्रसंग गेला. नंतर बाळूचं आणि गुंडांचं संभाषण त्यांना आठवलं. आजवरचं किड्यागत कणा नसलेलं आयुष्य आठवलं. आयुष्यानं प्रथम आपला फणा बाहेर काढला होता.

नानांनी हात पुढे करत तिची मूठ बंद केली.

"चल पोरी. आपण दोघंही जाऊ."

"कधी?" आता तीही आश्चर्यचकित झाली.

"आत्ता! या क्षणी." त्यांनी रिक्षाला हात दाखवला.

बावरलेल्या उगलेच्या बायकोला त्यांनी रिक्षात बसवलं. तेही बसले. त्यांनी पोलिस स्टेशनचा पत्ता दिला.

पोलिस स्टेशनमध्ये नाना पोचले. त्यांच्या पायांना थकवा जाणवत होता. नेहमीचं घाबरलेलं त्यांचं हृदय सुऱ्याचा वार झेलायला तयार होतं.

ते इन्स्पेक्टरच्या पुढे उभे राहिले.

"येस?" इन्स्पेक्टरनी त्यांच्याकडे पाहिलं. उगलेच्या बायकोकडे पाहिलं आणि सर्व केस त्यांच्या डोळ्यांसमोर उभी राहिली.

"साहेब, मी जबानी द्यायला तयार आहे."

"रिअली?" इन्स्पेक्टर ताडकन उठले.

"त्या केसमधले आणखीही काही लोक आज आम्ही पकडले आहेत. आता सर्वांचीच ओळख परेड करायची."

नाना तयार होते.

त्यांना कस्टडीसमोर आणलं.

नाना तो दिवस आठवत होते. चार-पाच जणांनी उगलेला पकडलं होतं ते हे. ज्याने उगल्याच्या अंगावर सुऱ्याचे वार केले तो मापशा... हा, आणि काल जे दमदाटी करायला आले होते ते.. हे दोघं.

नानांनी एकेकाची ओळख पटवली.

त्यांच्या जळजळीत डोळ्यांना डोळा भिडवत.

"काय पाव्हणे.. विसरलात?" कालचा एकजण मिशांवरून हात फिरवीत म्हणाला.

"नाही, विसरलो नाही. म्हणून तर ओळखलं."

जाता जाता नाना म्हणाले.

इन्स्पेक्टर आता सर्वांची नावं लिहून घेत होते.

''थँक्स मि. काळे...'' नानांना आज आपल्या नावातलं वजन प्रथमच जाणवलं. ''आजपर्यंत अनेक गुन्ह्यांत आम्हाला मापशा आणि त्याच्या साथीदारांना पकडायचं होतं; पण कुणी साक्षीदारच मिळत नव्हता. आज तुमच्यामुळे आम्ही त्याच्याविरुद्ध गुन्हा दाखल करू शकलो. आता त्याच्याविरुद्ध चार्जशीट तयार करून मोठ्यात मोठी शिक्षा त्याला द्यायला लावू. तुम्ही मात्र गुंडाच्या विरोधात उभं राहायचं धाडस दाखवलंत. बट डोन्ट वरी.'' नानांना मात्र आता कशाचीही भीती उरली नव्हती.

''चला... आम्ही जाऊ आता?''

कागदावर सही करून नानांनी विचारलं.

''हो. उद्या कोर्टात साक्ष द्यावी लागेल.''

''हो. मी तयार आहे.''

इन्स्पेक्टरनी बेल वाजवली. कॉन्स्टेबल आला.

''यांना गाडीतून घरी सोडा. आणि कॉन्स्टेबल वीथ लोडेड गन, त्यांच्या घरासमोरच राहा. उद्या त्यांना कोर्टात घेऊन यायचं..''

''सर...'' कॉन्स्टेबलनं खाडकन पाय जुळवत म्हटलं.

नाना, उगलेची बायको जीपमधून घरी पोचली.

पोलिसांची जीप म्हटल्यावर माणसं जमली. नानांना उतरताना पाहून आश्चर्यचकित झाली. नानांच्या पाठोपाठ कॉन्स्टेबलही वर गेला. बाळूही धावत वर आला.

''नाना, या भानगडीत पडू नका म्हटलं होतं ना?'' तो डाफरला.

''बाळ्या, कालच मी तुझ्यासाठी संपलो. तुझ्या तोंडानं मी तुझा कुणी नाही हे तू सांगितलंस.''

''पण नाना, याचे परिणाम...''

''मी भोगायला तयार आहे आणि हे घर माझं आहे. तुला परिणाम भोगायचे नसतील, तर तू हे घर सोडून जाऊ शकतोस, तुझ्या आईबरोबर.'' स्पष्ट शब्दांत नानांनी सांगितलं.

बाळू घाबरून गेला होता. पालीच्या तोंडातल्या किड्यासारखी त्याची अवस्था झाली होती. नानांची बायको फुटलेला घाम पुसत होती. अंगातलं न मावणारं चैतन्य डोळ्यांतून व्यक्त होत नाना स्वतःच स्वतःला आज सापडत होते. पंचावन्न वर्षांचा लपाछपीचा खेळ आता संपला होता.

◆

६. मन रंगले रंगले

ती दोघं जात होती. वडिलांचं वय पन्नाशी ओलांडलेलं. तिचं वय तिशीच्या आसपास घोटाळणारं. आजूबाजूला माळरान पसरलं होतं. त्यामधून बैलगाडी जाऊ शकेल असा रस्ता. मुख्य रस्त्यापासून दोन तीन फर्लांग आत ते आले होते. आता अर्ध्याएक फर्लांगाचं अंतर उरलं होतं.

''बसू या इथे.'' दाट फांद्यांचा वड रस्त्यावर आपली मोठीथोरली सावली अंथरून बसला होता. त्या सावलीचा मोह त्यांना पडलाच. दोघंही बसले. पंचानं ते आपला घाम टिपू लागले. ती आपल्या उतार वयाकडे जाणाऱ्या वडिलांकडे

पाहत होती. 'या वयातही त्यांना हा कोण सोस!' इथल्या एका मठात कुणी महाराज यज्ञ करणार आहेत. त्यासाठी हे आलेत. आणि सोबत आपल्यासारखी नास्तिक व्यक्ती घेऊन! तिला हसू आलं.

"काय झालं?" त्यांनी विचारलं.

"मी पक्की नास्तिक आहे, हे तुम्हाला माहिती आहे. तरी तुम्ही मला स्वत:चं खरं करून पकडून आणलंतच."

"हो. नेहमी तुझंच खरं असतं. कधीतरी आमचंही खरं व्हावं. म्हाताऱ्यांना आवश्यकता काठीची. तुझ्या आईला आणलं असतं, तर दोघंही धडपडलो असतो." वडील बोलत होते.

पण तिचं मन पहिल्याच वाक्यावर थबकलं होतं. तिच्या आईवडिलांची खंत, रात्रंदिवसाची काळजी त्या वाक्यात सामावली होती. सध्यातर त्यांच्या बोलण्यात, दृष्टीत सतत ती खंत आकार घेत होती. शब्दावरून शब्द वाढत होता. खटके उडत होते.

"बाबा, मला नाही त्या मुलाशी लग्न करायचं."

"का नाही करायचं? काय कमी आहे त्याच्यात? त्यांचा होकारही आला आहे."

"मला त्याचे विचार पटले नाहीत."

"संसार करताना विचार नाही, मनं जुळली पाहिजेत." तिची आई वैतागून म्हणायची.

"तो विचारच आता जुना झालाय आई. माझ्या लेखी विचारांना जास्त महत्त्व आहे. कारण त्या विचारातून मी एक काम हाती घेतलंय आणि आता मनाचा विचार करायला मी काही लहान नाही. चांगली तिशी उलटलीय."

"एवढं कळतंय हे नशीब आमचे सुषमे! तिशी उलटली म्हणून तर तुझ्या लग्नाची चिंता पोखरतेय आम्हाला."

"पण एवढा अट्टहास का तुमचा लग्नाचा? मला जर अविवाहित राहण्यात काही वाटत नाही, तर तुम्ही का एवढे अस्वस्थ होता?"

"तुझ्यापुढे हात टेकलेय बाई. आता लग्न न करता बरं वाटेल! पण पुढे पुढे?"

"आई, मी लग्नच करणार नाही असं कुठे म्हणतेय. तुला माहिती आहे आई? माझ्या फारशा अटी नाहीत. पैसा, नोकरीच्या तर नाहीतच नाहीत. माझी झोपडीत राहण्याचीही तयारी आहे. पण मला माझ्या विचारांसकट, कार्यासकट स्वीकारणारी व्यक्ती हवी. विचारांपेक्षा वेगळं असं स्वत:ला फसवत मला वागता

येणारच नाही.''

"तीच तर अट अवघड आहे सुषमा तुझी. कुणी पाहायला आलं, की परखडपणे अगदी टोकाला जाऊन प्रश्न विचारतेस. ते ऐकूनच सर्व घाबरतात.''

"मी काही चुकीचं विचारते का?''

"चुकीचं नाही. पण मुलीच्या जातीनं थोडं नमतं घ्यायचं असतं.''

"मुलीनं नमतं घ्यायचं, हे मला पटत नाही. पण नंतर आवाज चढवून भांडण होण्यापेक्षा आधीच सर्व स्पष्ट केलेलं काय वाईट?''

"पण त्यामुळं लग्न फिसकटतंय ना.''

"आयुष्य विस्कटण्यापेक्षा ते बरं नाही का?''

"त्या असल्या वागण्यापायी तू आमचं आयुष्य विस्कटायला निघालीस. लोकांची तोंडं बंद करता करता नाकी नऊ येतात.''

"कारण तुम्ही सर्वजण माझं लग्न, हा एकच मुद्दा आयुष्याचं सारसर्वस्व करू पाहता आहात. पण माझ्यासाठी त्याहीपेक्षा महत्त्वाच्या बऱ्याच गोष्टी आहेत.''

त्यांचा केवळ रागीट दृष्टिक्षेप.

ती मग हसून विचारायची,

"मी करते ते कार्य तुम्हाला आवडत नाही का?'' मात्र या विचारण्यात लाघव नसायचं. गोड बोलून मन वळविण्याचा प्रयत्नही नसायचा. उलट, मी माझा मार्ग सोडणार नाही, हा ठाम निश्चय असायचा.

तिच्या कार्याला नावं ठेवण्यासारखंही काही नव्हतं.

ऊन आता चांगलंच तापलं होतं. त्यांच्या मानेवरून घामाचे ओघळ वाहत होते. या वयात आपण ह्यांना समाधान देऊ शकत नाही, याचं तिला वाईट वाटलं.

"बाबा, थकलात?''

"ऊन फार आहे गं! तू थकलीस?''

"नाही. मला सवय आहे उन्हातान्हात फिरायची.'' ती दूरवर पाहत असताना ते म्हणाले,

"जवळ आलंय आता. समोर गोपूर दिसतंय बघ मंदिराचं... चला...'' ते उठले. तिनं त्यांच्या हातातलं सामान घेतलं.

ते थबकून आपल्या लेकीकडे पाहत राहिले. अगदी साधंसुधं रूप, पण डोळ्यांत भरणारी निग्रही मुद्रा. कुठलंही अलंकरण नाही. नव्या राहणीमानात स्वतःला बसवण्याचा अट्टाहास नाही. केसांचा साधा अंबाडा, गळा, हात ओकेबोके हे सगळं आधीपासूनच. पोरगी गुणी आहे. जबाबदारीची आहे. फक्त तिनं लग्न करावं.

थोरल्या झाडाच्या सावलीत नाजूकसाजूक, इवल्या झाडांनी वाढावं तसं त्या लहानशा टेकाडावर असलेल्या मोठ्या देवळाच्या आजूबाजूला लहानसहान झोपड्या पायथ्याशी संकोचून उभ्या होत्या. टेकडीवर गोलाकार वळसे घेत गेलेल्या पायऱ्या. तिला पाहताक्षणी ते ठिकाण आवडलं. जिवंत शांतता तिथे वसत होती. मन प्रसन्न होत होतं. पायऱ्या चढून ती दोघं वर आली. बांधलेल्या कट्ट्यावर टेकली. वडील दम घेत होते. ती बाजूचा परिसर पाहत होती. वाऱ्याचा वेग टेकडीवर जास्त होता. त्यामुळे आल्हाददायी वाटत होतं व खाली पाहिलं तर चौफेर भूखंड नजरेत येत होता. शेतांचे वरून लहान दिसणारे चौकोनी तुकडे जोडून शिवल्यासारखे प्रत्येक शेताचं रूप वेगळं, रंग वेगळा.

"चल, आत जाऊ या..." वडील म्हणाले. ती उठली.

आत गेल्याबरोबर आतली गडबड वडिलांच्या लक्षात आली.

"अरे, काही समारंभ दिसतोय इथे." दोघंजण बाजूच्या एका लहान खोलीत गेले. स्वच्छ सारवलेली, निरलंकृत तरी प्रसन्न खोली. काही पोरसवदा तरुण तिथे लगबग करीत होते.

"ये, पाया पड महाराजांच्या." सतरंजीवर बसलेल्या व्यक्तीकडे निर्देश करीत वडील म्हणाले. ती चमकली. महाराज म्हणजे कुणा दाढीमिशावाल्या व्यक्तीपुढे आपल्याला वाकावं लागणार, असं तिला वाटलं होतं. पण समोरची व्यक्ती अगदी तिच्या कल्पनेबाहेरची होती. पांढरेशुभ्र कपडे, शांत मुद्रा, कोणतंही कपट नसलेली निर्मळ दृष्टी, विद्वत्तेचं तेज चेहऱ्यावर असूनही विनय आणि संकोच. तिच्या मनाचा पीळ सैलावला.

वडील महाराजांच्या समोर वाकले, तसे महाराज संकोचले. "नका, वाकू नका माझ्यापुढे. तुम्ही वयानं मोठे आहात. बसा... बसा तुम्ही." त्यांनी तिच्याकडे पाहत म्हटलं.

तीही पडत्या फळाची आज्ञा घेऊन नमस्कार न करता समोर बसली.

"अगं पाया पड त्यांच्या." वडील रागावून म्हणाले. तोच महाराज हसून म्हणाले, "असू द्या. माणसांनी श्रद्धा ठेवायची तीही डोळसपणे ठेवावी. ज्यावर श्रद्धा ठेवायची ती व्यक्ती जेवढी मोठी असते त्याहून मोठी श्रद्धा असते. श्रद्धा ठेवणाऱ्याचा विश्वास मोठा असतो. श्रद्धा ठेवायच्या आधी व्यक्तीलाही पारखून घ्यावं."

तिचे वडील अस्वस्थ झाले. महाराज उपरोधानं तर बोलत नाही ना?

"छान वेळेवर आलात तुम्ही. तीन दिवस इथे वाग्यज्ञ झाला, त्याची आज सांगता आहे."

“वाग्यज्ञ!” तिनं थोडंसं आश्चर्यानं विचारलं.

“हो. दरवर्षी आम्ही इथे वाग्यज्ञ करतो. बऱ्याच ठिकाणचे पंडित येतात, विचारवंत येतात. आपापली मतं मांडतात. थोडक्यात, विचारांची देवाणघेवाण होते.”

“पण मग तो यज्ञ वगैरे.”

“तसा यज्ञ नाही करत आम्ही. भोवताली पसरलेलं दारिद्र्य पाहिलं, की यज्ञाच्या होमात अन्नाची आहुती द्यायला मन तयार होत नाही. त्याऐवजी आम्ही तीन-चार दिवस अन्नछत्र घालतो. कुणीही यावं, तृप्त होईतो जेवावं. अंतरात्मा शांत झाला, की पूर्णब्रह्म प्रसन्न झालं समजायचं.”

तिच्या मनाचा आकस आणखीनच कमी झाला.

“कसं येणं केलं?” महाराजांनी वडिलांना विचारलं.

“थोडं काम होतं आपल्याकडे. पण आजच्या गडबडीत ते होईलसं दिसत नाही.”

“मग आज मुक्काम करा.”

“मुक्काम? बाबा, उद्या...” तिनं मध्येच म्हटलं.

“काही काम आहे का?” महाराजांनी विचारलं.

“हो, त्यांचं समाजकार्य आहे ना!” वडील रागानं म्हणाले.

“समाजकार्य करतात ह्या? चांगलं आहे. माणसाचा विचार करणारं कुणी हवंच, सगळ्यांनीच स्वत:पुरता विचार केला, तर संपलंच आणि तुम्हाला समाजकार्य एखादा दिवस इथेही करता येईल. अन्नछत्रात बघा कितीजणं जेवायला येतील. तुमचे दोन हात कामाला लागले, तर आम्हाला मदतच होईल.”

ती गप्प बसली.

तेवढ्यात एक पोरसवदा तरुण पुढे आला. तो महाराजांचा शिष्य असावा, तिने अंदाज बांधला.

“महाराज, आज तांदूळ किती घ्यायचे?”

“सध्या तीन किलो तरी चढवा. कमी पडले तर बघू या आणि हे बघ, काही काम असलं तर यांना तिकडे बोलावून घे...” महाराजांनी तिच्याकडे निर्देश करत म्हटलं. पण लगेच त्यांनी काही विचार केला.

“असं कर, इथेच भाजी घेऊन ये. त्या देतील चिरून.”

“बरंय...” म्हणत तो शिष्य आत गेला. महाराजांनी काम माथीच मारलेलं पाहून ती मनात थोडीशी चिडली. पण महाराजच मनातले विचार ओळखल्यासारखे हसून म्हणाले,

"तुम्हाला राग तर नाही ना आला? पण मोठ्या कार्यात माणसाच्या गळ्यात थोडी जबाबदारी घालावीच लागते. सुरुवातीला ते काम नको वाटले, तरी एकदा काम करायला लागल्यावर आवडायला लागतं.''

ती गप्प राहून पाहत होती.

"मी गेले असते तिकडे भाजी चिरायला...''

"काही हरकत नव्हती. पण सगळा पोरसवद्यांचा कारभार. तुम्हाला तिथे संकोच वाटेल. म्हणून म्हटलं इथेच आणा...''

"का? कुणी बाईमाणूस...''

"अजून आम्ही गृहस्थधर्म स्वीकारला नाही.''

महाराज हसत म्हणाले. सर्व गोष्टी त्यांच्यासाठी साध्यासरळ होत्या.

"शास्त्रीजी, आजचा कार्यक्रम कसा ठेवला आहे?'' महाराजांनी बाजूला बसलेल्या एका वयस्क शास्त्रींना विचारलं.

"आता थोड्याच वेळात वाग्यज्ञाला सुरुवात होईल. मग इतर लोकांना जेवायला बसवून देऊ. त्यांची जेवणं होईतो आपण गायत्री मंत्रोच्चारण आटोपून घेऊ.''

"गायत्री मंत्रोच्चार जास्तीत जास्त अर्धा तास चालेल.''

"हो...''

"मग इतरांनाही त्यात सामील होऊ द्या. अर्धा तास उशिरा जेवतील.''

शास्त्री थोडे घोटाळले.

"त्यांच्यामध्ये सर्वच जातींची माणसं आहेत महाराज. त्यांनी गायत्री मंत्र....''

"का नाही म्हणायचा? सगळ्या समाजाला बरोबर घेऊन जायचं म्हटल्यावर हातचं काहीही राखून ठेवता येत नाही. शास्त्रीजी, हा वाग्यज्ञ सर्वांसाठी आहे. अगदी महार, मांगांसाठीही..''

"महाराज, ब्राह्मण लोक विरुद्ध होतील.''

"नाही व्हायचे. जे इथे जमलेत, ते माझे विचार समजूनउमजून आलेत. ज्या मूठभर ब्राह्मणांना ते विचार समजले नसतील. त्यांचा विचार करायचा नाही.''

"ठीक आहे. जसं आपण म्हणाल तसं.'' शास्त्री थोडे नाराज होऊन म्हणाले.

"तुम्ही जुळवाजुळव करा सर्वांची. अर्ध्या तासात सुरुवात करू या.''

शास्त्री तिथून उठले.

"अजूनही या गायत्री मंत्राचं महत्त्व वाटतं तुम्हाला? समाज केवढा बदललाय.'' तिचा प्रश्न ऐकून वडील रागावले.

"तू तुझे तर्कवितर्क इथं बोलू नकोस.''

"बोलू द्या त्यांना, माणसांची मनं त्यांना गप्प बसवून नाही, तर त्यांना समजावून देऊन बदलू शकतात.... तर तुमचं नाव?"

"सुषमा"

"सुषमा.. हे सर्व मनाचे प्रवास आहेत. माणूस बदलतो म्हणजे तो बदल वरवरचा असतो. भौतिक असतो. पण मन, मनाच्या प्रेरणा, मनाचे प्रश्न तेच असतात. कोऽहं हा फार पूर्वी पडलेला प्रश्न मानवाला आजही पडतोय. त्या वेळी त्यानं जी उत्तरं शोधली, त्यांत आपण नव्या संदर्भांची भर घालायची. गायत्री मंत्र, सूर्यमंत्र, त्याचं महत्त्व वेदान्तानं वेगळ्या अर्थानं मानलं. पण सूर्याचं महत्त्व सायन्सनं मान्य केलंच ना? हे मंत्र मन एकाग्र करायला फार मदत करतात. एकाग्र झालेलं मन अधिक उत्तम तऱ्हेनं विचार करतं, हे मानसशास्त्र सांगतं. मीही सायन्सचा पदवीधर आहे. पण मला माझ्या प्रश्नांची उत्तरं भौतिकतेतून न मिळता अध्यात्मातून मिळाली; म्हणून मी हा मार्ग स्वीकारला.

"तुम्हाला तुमच्या प्रश्नांची उत्तरं समाजसेवेतून मिळाली. तुम्ही तिकडे वळलात. पण सूक्ष्म अर्थानं पाहिलं तर अध्यात्मातही समाजसेवा लपलेली आहे. पण मुख्य भर 'स्व' च्या विकासावर दिला, एवढाच फरक... मला वाटतं, मी फार मोठं लेक्चर दिलं का?"

ती उत्तरादाखल मनमोकळी हसली. तिला एवढं मनमोकळं हसताना पाहून महाराजही समाधानानं हसले.

तेवढ्यात शिष्यानं तिच्या पुढ्यात कोबीचे गड्डे ठेवले. ती ते साफ करत चिरू लागली.

"काय काम काढलंत, सांगा. आता वेळ आहे मधे थोडा..." महाराज तिच्या वडिलांना म्हणाले.

"महाराज, हिला समजावा. आम्ही दोघं समजावून थकलो. तिशी उलटली, पण लग्नाचं नाव नाही काढू देत."

भाजी चिरता चिरता तिचा हात थांबला. चेहरा रागानं आरक्त झाला.

"बाबा, एवढ्यासाठी आणलं तुम्ही मला इथे? मला आधी सांगितलंही नाहीत."

"तू आली असतीस का मग? आमची आता सर्व भिस्त महाराजांवर. महाराजांजवळ विचार आहे. कदाचित तुला ते पटवतीलही."

"पण मी आधीच तुम्हाला सांगितलंय ना की मला माझ्या विचारांसह स्वीकारणारी व्यक्ती हवी आहे. लग्नाला माझी ना नाही."

"असे कोणते विचार आहेत तुमचे की जे अजूनपर्यंत कोणालाही पटले नाहीत?"

''मी संसार करीन. पण तो कर्तव्यापुरता. पण त्या संसारात गुरफटून जाणं मला जमणार नाही. घराचं छत डोक्यावर पांघरून मला आभाळाला पारखं नाही व्हायचं.'' ती तळमळून बोलली.

''वा!'' महाराजांनी नकळत दाद दिली. त्यामुळे हुरूप येऊन ती बोलू लागली.

''एका व्यक्तीच्या अंगी असलेल्या अमर्याद शक्तीचं मला भान आहे. एक व्यक्ती कितीतरी व्यक्तींचे अश्रू पुसू शकते, हे मला माहीत आहे.''

''खरंय. परमेश्वराचे म्हणूनच सहस्त्र बाहू आहेत. त्यानं सहस्त्रांचे अश्रू पुसले. सहस्त्रांना मदत केली.''

संभाषणाचं सूत्र दुसरीकडे जातंय हे बघून वडील म्हणाले, ''पण मुलांना हे कसं मान्य होणार? मुलीच्या जातीनं थोडं नमतं घ्यावं, असं आमचं मत आहे.''

''बाबा, परमेश्वराला जन्म देणारी स्त्रीच होती ना? का नमतं घ्यायचं स्त्रीनं? मला हा विचारच पटत नाही. लग्न करण्याच्या बदल्यात मी माझे किती विचार खुंटाळ्याला टांगून ठेवू? विचार आणि कृतीशिवाय मी जगू शकणार नाही.''

''पण लग्न ही शरीराचीही गरज आहे ना!'' महाराज तिला म्हणाले.

''माझ्या शरीराच्या अधीन मन कधीच होऊ शकलं नाही, ना कधी त्याची निकड वाटली.'' तिची नि:संकोच कबुली.

तिचे वडील संकोचले.

''इतरांच्या दु:खाला मन जागलं, की स्वत:ची दु;ख तेवढी महत्त्वाची राहत नाहीत. आणि महाराज, मग तुम्ही का नाही केलंत लग्न?''

महाराज मोकळेपणे हसले.

''परमार्थाच्या आड संसार येत नाही; पण हेदेखील एक कठीण व्रत आहे. ते सांभाळू शकणारी व्यक्ती हवी. साथ केवळ आंधळी नको, डोळस हवी.''

''तेच माझंही म्हणणं आहे.''

''तुम्ही कार्य कोणतं करता?'' महाराजांनी जिज्ञासेनं विचारलं. ती खुलली.

''खूप काही करावंसं वाटतं. त्यातलं थोडंफार जमतं. खेड्यातल्या बायकांना जागरूक करायचं. त्यांना साक्षर करायचं. प्रौढ शिक्षण, मुलांचं आरोग्य या सर्वांसाठी मी झटतेय. मी हे सगळं विसरू शकणार नाही महाराज. माझं लग्न नाही झालं तरी चालेल. मी हे काम व्रत म्हणून स्वीकारलंय, केवळ आवड म्हणून नाही. ते माझं ध्येय आहे.''

महाराज तिच्या निर्भय करारी डोळ्यांकडे पाहत होते. तिचं रूप साधंसुधं असलं, तरी तिची नजर हजारांत उठून दिसणारी होती. तिचा स्पष्टवक्तेपणाही

तसाच. तिची तिशी उलटली होती. त्यामुळे या ध्येयवादात भाबडेपणा नव्हता. बालिशपणा नव्हता. सर्व परिणामांना समोर जायचा निग्रह होता, तयारी होती.

"यातून तुम्हाला कोणतं सुख मिळतं?"

"स्वत:ला विसरण्याचं, हरवण्याचं... खरंतर स्वत:ला विसरून इतरांच्या सुखदु:खांत स्वत:ला शोधणं हेच इथे घडतं! माझं अस्तित्व केवळ माझ्यापुरतं राहत नाही, ते व्यापक होतं. इतरांच्या व्यक्तिमत्त्वाला स्पर्शून जातं. आपल्या भावनांच्या मापट्यानं इतरांची सुखदु:खं मोजावी लागतात."

महाराज मन लावून तिचं बोलणं ऐकत होते. त्यांनी डोळे मिटले.

"खरंय तुमचं म्हणणं. परमार्थातही हेच घडतं. साऱ्या विश्वाच्या अणुरेणूंशी तादात्म्य पावायचं, आपलं क्षुद्रत्व जाणायचं आणि पुन: त्या विश्वात्मक रूपाशी आपलं अंशरूप नातं ओळखून आपल्यातलं विराटपण जाणवायचं..." ते कुठल्याशा अनुभूतीत व्यग्र झाले.

ती क्षणभर चमकली. एवढा वेळ निडरपणे नजरेस नजर मिळवून ती बोलत होती. आता मात्र तिची नजर खाली वळाली. महाराजांच्या नजरेत तिच्या ओळखीचं रान उभारलं होतं.

तेवढ्यात एक शिष्य पुढे आला.

"महाराज, कालची म्हातारी आलीय."

एक जर्जर वृद्धा आपल्या लेकाचा आसरा घेत आली.

"महाराज आजतरी अंगारा द्या... कालधरनं ताप आलाय..." ती कापऱ्या आवाजात म्हणाली.

"आजी, मी तुम्हाला कालच सांगितलं ना, की मी अंगारा देणार नाही. तुम्ही डॉक्टरांनी दिलेलं औषध घ्या."

"महाराज, डाकदरची दवा म्हातारीनं तशीच ठेवली हाय, तुमचा घोषा घेतलाय कालपास्नं."

महाराजांच्या उंच कपाळावर कळत न कळत आठ्या उमटल्या.

आणि अचानक सुषमा बोलून गेली.

"आजी, महाराज अंगारा देतील. पण एका अटीवर. तुम्ही अंगारा लावायचा आणि औषधंही घ्यायची."

"हां पोरी, ह्ये म्हनलं तर जमंल."

सुषमानं महाराजांकडे पाहिलं... जणू ती त्यांना विनवीत होती, 'द्या तिला अंगारा.'

म्हातारी अंगारा घेऊन बाहेर पडली.

महाराज सुषमाकडे पाहत राहिले.

सुषमाचा राग गेलेला पाहून खुशीनं हसले.

"महाराज, म्हणूनच हिला तुमच्याकडे आणलं. हिचा चमत्कारावर विश्वास नाही. तिला विचारांनीच समजावणारं हवं कुणी.''

महाराज मग प्रसन्नतेने हसले.

"त्यांना कुणी शिकवायला नको. त्या समजदार आहेत. आपणच त्यांना समजून घ्यायला हवंय.''

ती महाराजांच्या शांत मुद्रेकडे पाहत होती. त्यांच्याजवळ माणुसकीचा विचार होता. ते विचार इतरांना पटले नाहीत, तरी आपल्या विचारांशी पक्कं राहायचा निश्चय होता. ती त्यांची मुद्रा निरखू लागली. त्यांचा गौर वर्णाकडे झुकणारा तेजस्वी रंग, धारदार नाक, तेजस्वी डोळे, ओठांची कोरीव महिरप बघता बघता ती शहारली.

आयुष्यात प्रथमच ती अशी शहारली होती. तेवढ्यात शास्त्री आले.

"महाराज, जमले सगळे.''

"चला, मी आलोच.''

मोठीथोरली पंगत समोरच्या पटांगणात वाढली गेली. एकेक जण येऊन बसू लागले. अन् अचानक काही गडबड झाली. सुषमा वाढता वाढता हातातलं भांडं ठेवून तिकडे गेली.

महाराजांचा आवाज चढला होता.

"धर्मबुडवेपणा कसला? धर्म म्हणजे काय कळतं तुम्हाला?'' महाराजांचा चेहरा लालबुंद झाला होता. पण त्यांनी संताप काबूत ठेवला होता.

"धर्माची व्याख्या तुमच्याकडून नकोय शिकायला. धर्म बुडवायला निघालात तुम्ही! ब्राह्मणांच्या पंगतीला महार-मांग बसलेत कधी? वेदामध्ये सांगितलंय, डोक्यापासून ब्राह्मण तर पायापासून शुद्रेतर निर्माण झालेत. त्याच वेदाचं आज पठण केलं ना तुम्ही?'' एक ब्राह्मण शिरा ताणून बोलत होता.

"वेदात मी वाचलं खरं हे. पण त्यात असं कुठेही लिहिलेले आढळलं नाही की पायांना कापून बाजूला काढा. उलट, हे पायच शरीराला हवं तिथं नेतात. परमेश्वराला कुणाचाही नमस्कार वर्ज्य नाही आणि तुम्हाला हा मानवभेद करता येतो? परमेश्वराहून तुम्ही स्वतःला मोठं समजता का?'' महाराज तेवढ्याच शांतपणे म्हणत होते.

"मला एक सांगा शास्त्री, सर्वांत श्रेष्ठ योनी कोणती सांगितलीय धर्मात?''

महाराजांनी हा प्रश्न का विचारला, ते लक्षात न येऊन तो ब्राह्मण म्हणाला,

''मानवयोनी सर्वश्रेष्ठ हे उत्तर कुणी लहान मुलगाही सांगेल.''

''हो ना? मग क्षुद्र योनीतला एक जंतू तुमच्या अन्नावर बसला आहे.''

महाराज त्या ब्राह्मणाच्या अन्नावर बसलेल्या माशांकडे निर्देश करीत म्हणाले, ''तो तुम्हाला चालतो आणि मानवयोनीच्याच एका मानवाचा स्पर्श चालत नाही.''

''उगाच माझ्याशी वितंडवाद घालू नका. परंपरा म्हणून काही आहे की नाही?''

''परंपरा आणि मानवधर्म यांत फार मोठा फरक आहे. इतिहासात, पुराणांत तरी कुठे असल्या परंपरा आहेत? च्यवन ऋषींचे कूळ कुठलं होतं, माहिती आहे ना?''

त्या ब्राह्मणाला आता उत्तर देता येईना. त्याच्या हाती उरलं केवळ आवाज चढवणं.

''महार-मांगांच्या पंगतीला आम्हाला बसवायचं हा तुमचा निर्णय कायम असेल, तर आम्हीही इथे अन्नग्रहण करणार नाही.''

''आपण इथे अन्नग्रहण करावं, ही माझी मनापासून इच्छा आहे. पण आपण ज्या कारणासाठी अन्नत्याग करता आहात, ते कारण मलाही पटणार नाही. आपली मर्जी!''

महाराज मृदू शब्दांत पण निश्चयी स्वरात म्हणाले.

तसे सात-आठ ब्राह्मण उठले व पंगत ओलांडून गेले.

''बसावं आपण...'' महाराजांनी सर्वांना हात जोडून म्हटलं.

सगळेजण जेवू लागले.

''महाराज, आपण फार शांतपणे उत्तर दिलंत. त्यांच्यावर थोडा आवाज चढवायचा असतो.'' एक शिष्य म्हणाला.

''नुसते आवाज चढवून विचार बदलवता नाही येत. त्यात धर्मभाव म्हणजे मनाचं नाजूक मर्म. बाभळीच्या लाकडावर एक घाव घालून दोन तुकडे करता येतात; पण चंदनाची मूर्ती घडवायची तर हळुवार टाकी घालावी लागते. हळूहळू पटेल, झेपेल सोसवेल असं, नाहीतर अंधारात दिवा पेटवायला जावं अन् ठिणगीनं घराला वेटोळावं असं होतं. राहू दे तो विषय.''

महाराज काही घडलंच नाही, एवढ्या शांतपणे पंगतींत फिरत होते.

''महाराज, तुम्हाला राग नाही आला?'' अचानकच तिनं विचारातून बाहेर येत त्यांना म्हटलं.

''कशाचा?''

''त्यांच्या उद्धटपणाचा.''

"नाही. अज्ञानाचा राग केवळ अहंकारीच करतो."

"आणि ज्ञानाचा राग?"

"अज्ञानी..."

महाराजांचे डोळे हसत होते.

सूर्य बुडेतो ते अन्नदान चाललं होतं. रात्र झाली तशी सर्व निरवानिरव झाली. टेकडीवरून आता सर्व उतरणारी पाठमोरी माणसं दिसत होती. सर्व शिष्य आपापल्या खोल्यांमध्ये गेले.

महाराज तिच्या वडिलांजवळ आले.

"तुमची गैरसोय होईल; पण या यज्ञामुळे ठिकठिकाणचे शिष्य आले आहेत. तुम्ही दोघं माझ्या खोलीत झोपाल तर.."

"ठीक आहे."

ती महाराजांच्या खोलीत आली. इकडेतिकडे नजर फिरवली.

"काय बघताय? आमचा संसार? काही दिसणार नाही. हे ग्रंथ आणि पुड्यांमध्ये बांधलेलं धान्य..."

ती गप्प होती.

"सतरंज्यांवरच झोपावं लागेल. गादी नाहीय. चालेल ना?"

"हो! चालेल की.."

तिनं महाराजांकडे पाहिलं. क्षणभर त्यांची शांत नजर तिच्या अंत:करणाला स्पर्शून गेली.

महाराज थोडेसे घुटमळले.

"काही गैरसोय झाली, तर नि:संकोच सांगा.."

"हो.."

महाराजांना काही बोलायचंय, असं तिला उगाच वाटून गेलं.

रात्र चांगलीच भराला आली होती. तिला झोप येत नव्हती. मनात उलथापालथ होत होती. पण मनापर्यंत जायचं धाडस तिला होत नव्हतं.

ती खोलीबाहेर पडली. बाहेरची थंडसर हवा, झाडपाल्याचा हिरवा गंध, निरामय वातावरणात तिला चांदण्याच्या प्रकाशात मोकळं वाटलं. तिनं सगळीकडे मान वळवून पाहिलं अन् ती थबकली.

महाराज पाठमोरे उभे होते. निश्चल वाऱ्यामुळे उडणारे त्यांचे केस व कपडे.

ती खेचली गेल्यासारखी त्यांच्याजवळ पोचली. बोलावं की न बोलावं?

"झोप नाही आली?" अचानक महाराजांनी वळूनही न पाहता विचारलं.

ती गडबडली.

"या, बसा इथे..." एका मोठ्या दगडाकडे निर्देश करीत महाराज म्हणाले.

ती बसली. अंतर राखून महाराज बसले. ते अंधारातल्या झाडांच्या कमी अधिक गर्द सावल्या निरखीत होते. टेकडीवरून खाली मिणमिणतं गाव कुशीला झोपल्यागत दिसत होतं.

"ही नि:शब्द रात्र मला फार आवडते. दिवसभर माणूस इतरांना भेटतो. निरनिराळ्या विषयांसंबंधीच्या विचारांना भेटतो. पण रात्री माणूस स्वत:ला भेटतो, स्वत:च्या विचारांना भेटतो."

".....''

"बोला ना काही, मला तुमचं बोलणं आवडलं."

"तुम्ही बोला, मी ऐकतेय." ती संकोचून कंपित होत म्हणाली.

"रात्री या ब्रह्मांडाकडे पाहावं. एवढे सगळे तारकागोलक, अफाट, अमर्याद पसरलेलं हे विश्व. या सर्व पसाऱ्यात एक कण मात्र ही पृथ्वी. त्यावरच अणुमात्र आपलं अस्तित्व. सारा अहंकार गळून पडतो. किती अपघातानं आपलं अस्तित्व आहे, हे लक्षात येते. या पृथ्वीचं सूर्यापासून अंतर थोडं कमीजास्त झालं तर... गतीत हरवलेल्या या प्रकाशगोलकांपैकी एखादा थोडासा जवळ आला तर माणसानं कशाचा अभिमान बाळगावा? केवळ निमित्तमात्र आपण..."

ती फक्त ऐकत होती.

"या अशा वेळी मन शांत होतं. स्वत:ला जोखून पाहतं. विचारांची निर्णयांची, सत्यासत्यता पडताळतं."

"कसले निर्णय? कसले विचार?" तिला विचारावंसं वाटलं.

"तुला आवडली ही जागा?"

"खूप आवडली. शांत आहे, प्रसन्न आहे."

त्यांनी तिच्याकडे पाहिलं. तारकांचं प्रतिबिंब झेललेले त्यांचे डोळे ती पाहत राहिली. का आवडली ही जागा, याचं स्पष्टीकरण तिला आणखीही द्यावं वाटलं. संकोचाच्या शिवणी कधी नव्हे ते तिच्या ओठांना पडलेल्या.

"तुझ्या विचारांना समजून घेणारं माणूस तुला मिळालं, तर सुखी होशील? लग्न करावं वाटेल?"

ती संकोचून गप्प. आणि अचानक तिचे डोळे भरून आले.

"मला नका विचारू काही! मला काही कळत नाही काय होतंय ते!"

"अशाच वेळी मनाच्या सामोरं जायचं. जंगली श्वापदासारखं विचारांना किती काळ मनाच्या गहन जंगलात लपवून ठेवणार?"

“तुम्हाला कशी सांगू माझी उलघाल?” ती बोलता बोलता थांबली.

ते मंदसे हसले.

“प्रत्येकाला उलघाल असतेच. मी असा एक महाराज म्हणून तुझ्यापुढे उभा असलो, तरी माझ्याही आयुष्यात असे प्रसंग येतात. मग या अशा निरामयतेतून धैर्य मिळवायचं.” ते तिच्याकडे बघत म्हणाले.

तिनं संकोचून व त्यांचं बोलणं तितकंसं न उमजून मान खाली घातली.

“जा, झोप.” त्यांनी तिच्या हातावर थोपटत म्हटलं.

तो स्पर्श आठवणींच्या ओंजळीत घेत ती खोलीत परतली.

सकाळीच महाराज उठून स्नान करून जप करीत होते. ती उठली. त्यांना तयार झालेलं बघून तिला संकोच वाटला.

“झोप लागली होती?”

“फार उशिरा. म्हणून उठायलाही उशीर झाला.”

ती तयार होत होती. वडिलांचीही अंघोळ आटोपली.

जायचं म्हणून ती अस्वस्थ झाली होती. महाराजांनी सांगितल्याप्रमाणे मनाच्या गहन जंगलातल्या विचारापुढे जायचं तिचं धाडस होत नव्हतं. पण त्या विचारांची हुरहुर मात्र जाणवत होती.

“आता आज्ञा द्यावी महाराज. घरची मंडळी काळजी करीत असतील.”

“बसा तुम्ही आणि तुम्हीही” वडील आशेनं खाली बसले. महाराज आता लग्नाबद्दल सुषमाला काही समजावतील, याची खूणगाठ त्यांनी मनाशी बांधली. तिच्याही ते लक्षात आलं.

आणि मनात काहूर उठलं.

‘आपल्याला काय हवंय? एका दिवसात आपण बदललो आहोत ते कशानं? आपण काल किती नि:संकोचपणे आपली बाजू मांडली. पण आज तीच बाजू मांडताना हुरहुर का वाटते?’

महाराजांनी कसं बोलावं, याचा विचार केला. “अप्पासाहेब, तुमची परवानगी घेऊन स्पष्ट बोलतो यांच्याशी!”

“मी कोण परवानगी देणार?”

सतत चेहऱ्यावर असणारं मंद स्मित महाराजांच्या ओठांवर नव्हतं. महाराजांनी तिच्याकडे पाहिलं.

“कालपासून तुझं वागणं पाहिलंय, विचार ऐकले आहेत. ओळख व्हायला खूप दिवसांची गरज असते, असं नाही. एका दिवसातही ओळख पटते. तसंच तुला मी ओळखलंय. मी आजवर योग्य जोडीदार मिळत नाही, म्हणून लग्न केलं

नव्हतं... आज तुला विचारतोय. मनापासून स्पष्ट उत्तर देशील, याची खात्री आहे. माझी सहचारिणी होशील काय?''

तिचे वडील आश्चर्याने बघत राहिले.

''छे छे! हे काय? माझी मुलगी... एका संन्यस्त वृत्तीच्या माणसाची पत्नी? ते कितीही थोर असले, तरी गृहस्थधर्मासाठी कितपत लायक आहेत?'' त्यांच्या डोळ्यांसमोर महाराजांचा कागदाच्या पुड्यात बांधलेला संसार होता.

आणि त्याहीपेक्षा त्या क्षणार्धात त्यांना भीती वाटून गेली सुषमाची. ती नाखूष असताना आपण तिला महाराजांकडे घेऊन आलोत आणि महाराजांनी अचानक घातलेली ही मागणी!

त्यांनी घाबरून तिच्याकडे पाहिलं.

पण त्यांना अपेक्षित असलेला राग तिच्या चेहऱ्यावर नव्हता. होता तो संभ्रम. काय करावं या गोंधळात पडलेली. पण कुठेतरी सुखावलेली मुद्रा.

''महाराज, तुमचा मार्ग भिन्न, माझा मार्ग भिन्न. तुम्ही परमार्थ करता, मी समाजसेवा. हे दोन्ही मार्ग कसे जुळतील?''

''काल रात्री मी यावरच विचार केला. माझा परमार्थ तू पाहिला आहेस. हा योगमार्ग म्हणजे तरी काय? मन आणि बुद्धीची नेहमी जी फारकत होते, ती न होऊ देणं. तुझी-माझी जातकुळी एक, ध्येय एक वाटा भिन्न असल्या तरी शोध एक. तू इतरांच्या सुखदु:खांतून स्वत:चा शोध घेतेस. मी गवसलेला स्व इतरांच्या संदर्भासाठी वापरतो. अखेर दोघांनाही हवी आहे एकच अनुभूती. स्व ची. तुझ्या परीनं तुझं जीवन व्रतस्थ. माझ्या परीनं माझं जीवन व्रतस्थ, हव्यास नसलेलं, स्वचे कमीत कमी संदर्भ असलेलं, अर्थात निर्णय तुझ्यावर सोपवतोय. तू आणि तुझे वडील.''

तिच्या वडिलांना काय बोलावं, कळत नव्हतं.

महाराजच पुढे म्हणाले,

''तुझ्या आयुष्यातून काही अपेक्षा असतील, घर-संचय... त्या माझ्याकडून फार थोड्या पूर्ण होतील.''

''नाही. त्या अपेक्षा माझ्याही नाहीत; पण....'' ती लाजून बोलता बोलता थबकली. आपण काही नाकारता नाकारता होकार दिलाय. तिच्या लक्षात आलं. महाराजांच्याही नजरेत प्रसन्न छटा उमटली. तिचा पणही लेचापेचा होता. तिनंही कालपासून महाराजांचं वागणं पाहिलं होतं. त्यांचे विचार ऐकले होते. जी सेवा, जे विचार आपण एका दृष्टिकोनातून करतो आहोत, तीच सेवा, तेच विचार महाराजांनी वेगळ्या दृष्टीतून स्वीकारले आहेत, हे तिच्या लक्षात आलं होतं.

खरंतर त्यांचं विचारगर्भ, संयमी, मितभाषी व रागालोभापलीकडचं वागणं

तिला आवडून गेलं होतं आणि ही साथ आयुष्याला मिळतेय तर....

कालपासून हीच तर हुरहुर आपल्याला वाटत नव्हती!

''माझं काय?''

''तुझ्या कार्याच्या आड मी येणार नाही. उलट, त्यात मी भर टाकू शकेन... आणि तीच अपेक्षा मला तुझ्याकडूनही आहे.''

विचारगर्भ शांतता त्यांच्यात पसरली.

''बाबा, तुमची अनुमती आहे?''

तिच्या वडिलांचे डोळे भरून आले. कालपर्यंत विवाहाला नाही म्हणणारी मुलगी अखेर लग्न करायला तयार झाली होती. तीही एका संन्याशाशी! मनाला थोडं खटकलं होतं. पण आता तेही वेगळ्या दृष्टीने, त्या दोन परस्परअनुरूप स्वभावाच्या व्यक्तींकडे बघत होते. पाहता पाहता त्या अनुरूपतेची खात्री पटली.

त्यांच्या हास्यातले आनंदाचे क्षण त्यांच्या चेहऱ्यावरच्या सुरकुत्यात अडकले.

ती महाराजांकडे पाहत होती. त्यांची शांत, स्नेहमयी नजर तिच्याकडे लागली होती.

अनिश्चिततेच्या झिरझिरीत पटलातून ती दोघं एकमेकांकडे निश्चित जाणिवेनं व आपुलकीनं बघत होती.

◆

७. प्रकाश पालवी

ती ह्या काही दिवसांत अगदी हताश झाली होती. आपल्या आयुष्यात दिवसांची पानगळ सुरू झाली आहे आणि ह्या पानगळीला नंतरच्या बहराचं वरदान नाही, हे तिला जाणवत होतं. आरशात पाहताना तिला आपल्याच डोळ्यांतली वेदनांची सुरावट स्पष्टपणे ऐकू येत राहायची. तिनं आता आरशात डोकावणं सोडून दिलं होतं. पुन:पुन्हा स्वत:ला सामोरं जायला तिला नको वाटू लागलं. कधीतरी आपल्याही डोळ्यांत आनंदाची उत्फुल्ल कारंजी थुईथुई नाचली होती. कारण अगदी लहानसं असायचं. लहानशी खरेदी, लहानशी घटना, मुलानं एक पाऊल

धडपडत टाकून तिच्याकडे झेपावणं किंवा बोहारणीकडून कपडे देऊन घेतलेलं लहानसं पातेलं.

आता तिच्या संसाराचा पसारा वाढला. बोहाऱ्याला कपडे देण्याऐवजी कामवाल्या बाईला कपडे देऊन टाकणं तिला अधिक श्रेयस्कर वाटत होतं. कपड्यांची आणि स्वयंपाक घरातली कपाटं पूर्णतया भरली होती. आता खरेदीला फारसा अर्थ उरला नव्हता. आणि पुढे पुढे पावलं टाकून झेपावणारी मुलं आता उंबऱ्याबाहेर पडली होती. आकाशात भरारली होती. तिचा नवरा आधी सायकलीवरून ऑफिसमध्ये जायचा. पाहता पाहता दिवस पालटत गेले. तिनं आपल्या हाताने लावलेला गुलमोहोर चढला. घरावर आपली सावली धरू लागला. तिच्या नवऱ्यानं घेतलेल्या कारवर तो आपल्या लालभडक फुलांचा वर्षाव करू लागला.

ऐश्वर्याच्या सर्व वस्तू घरात आल्या आणि तिला एक विचित्र जाणीव जाणवू लागली. घरात खूप काही येतंय; पण आपण मात्र घराबाहेर पडत चाललो आहोत. घर आपलं राहिलं नाही. ह्या सर्व घराला, घरातल्या वस्तूंना असलेले आपले संदर्भ गळून पडताहेत. तिनं पावडरच्या डब्याची बुग्गी केली होती. रोज नवऱ्याच्या खिशातले आठ आणे, एक रुपया जमवून पैसे जमा केले होते. एक दिवस पलंगावर ते पैसे ओतून मोजले होते. ते पैसे मोजल्यावर तिचे डोळे विस्फारले होते. ह्या पैशांत नवऱ्याच्या कपड्यासाठी कपाट येणार होतं. किंवा तिचा तंबोरा. दोन्हींपैकी काय घ्यावं, ह्यावर तिनं रात्रभर विचार केला होता. अखेर आपल्या तंबोऱ्यापेक्षा तिला नवऱ्यासाठी कपाट घेणं अधिक महत्त्वाचं वाटलं होतं.

तिनं कपाट घरी आणलं. अपूर्वाईनं त्यानं पाहिलं.

आणि त्याचे डोळे ओलावले.

काही न बोलता त्यानं तिला जवळ ओढलं. हृदयाशी घट्ट धरलं.

तिनं एक एक पैसा जमवून आणलेल्या कपाटाबद्दल त्याला खूप काही बोलावं वाटत होतं. पण तो काहीच बोलला नव्हता. पण त्याचे सर्व भाव त्यानं न बोलताच तिनं जाणले होते. आपण तंबोरा न आणता कपाट आणलं हे किती बरोबर केलं, ह्याची तेव्हा तिला जाणीव झाली होती.

त्यानंतर तिला मुलगा झाला. आता तिच्या पैशांच्या बुग्या वाढू लागल्या. आपल्या गरजा बाजूला सारून ती मुलासाठी तीनपायी सायकल घे... घरात लहानसा टी. व्ही. घे, असं काही करू लागली. आपल्या गरजा विसरण्यात तिला सुख मिळू लागलं.

पाहता पाहता दिवस सरत गेले. वर्षं आयुष्यातून उसवत गेली आणि ती एक दिवस भानावर आली. ''अगं, हे कपाट आता फार जुनं झालंय. आपण दुसरा

वॉर्डरोबच करून घेऊ या.'' तिचा नवरा खिशातल्या पैशांवर हात ठेवून म्हणत होता. ''कपाट विकायचं?'' ती धक्का बसून उद्गारली. तिला आपले पैसे जमवणं आठवलं, आपण आपल्यासाठी तंबोरा आणायचं सोडून आणलेलं ते कपाट आठवलं. त्यानंतर आपल्या नवऱ्यानं कृतज्ञतेनं आणि अतीव प्रेमानं आपल्याला जवळ घेतलेलं आठवलं. ते केवळ एक कपाट नव्हतं; तिचं समाधान होतं. तिनं आपल्या व्यक्तिमत्त्वाचा सुरांचा कप्पा अडगळीत टाकला, त्याचं प्रतीक होतं आणि आज एकदमच नवरा ते कपाट काढण्याविषयी बोलत होता.

''अहो, एवढं जुनं कपाट विकून टाकायचं?''

''हो. जुनं म्हणूनच विकायचं.''

''त्याला आपण पुन: रंग देऊन नव्यासारखं करू या.''

''नव्यासारखं करणं म्हणजे नवं होणं नसतं. आता नवीन तऱ्हेचे वॉर्डरोबच निघाले आहेत आणि आपल्या पोझिशनला ते कपाट शोभत नाही. मी सुताराला बोलावलं आहे. तो मापं घ्यायला येईल.'' नवऱ्यानं ठामपणे सांगितलं.

''पण ते कपाट मी...'' तिचं बोलणं होईपर्यंत नवरा बाहेर निघूनही गेला होता आणि त्यानं कार सुरू केल्याचा आवाज तिनं ऐकला.

समोरच मुलगा उभा होता. तिला आपल्या नवऱ्याची तक्रार याला सांगावी वाटली.

''राजू, काय म्हणावं ह्यांना.. एवढं चांगलं कपाट...''

''ए आई, काहीतरीच काय गं? बाबा म्हणताहेत तसा छान वॉर्डरोबच करून घ्यायचा माझ्याही खोलीत आणि ती तीनचाकी सायकल माझ्या खोलीत कशाला ठेवली आहेस?''

''अरे, तुझ्या लहानपणाची आठवण...''

''तुझं काहीतरीच आई. लहानपणाची आठवण एवढी जपून काय कामाची? मी आता चांगली मोठी सायकल चालवतो. बाबा पुढच्या महिन्यात मला स्कूटर घेणार आहेत.''

ती पाहत राहिली. ह्या दोघांचं एवढं सगळं ठरतं आणि आपल्याला मात्र त्यांनी काही सांगितलंही नाही.

''स्कूटर घेणार?''

''हो. बाबांनी नंबर पण लावला.''

''हं.'' ती नुसती हुंकारली.

ह्या दोघांना आता आपली गरज उरली नाही. तिला कळून चुकलं, आपली गरज ह्या घराला उरली नाही. पण हे आपल्या लक्षात कसं आलं नाही? आपण

केवढे रमलो होतो ह्या घरात! आंधळी कोशिंबीर खेळायला डोळ्यांना पट्टी बांधावी आणि सोडल्यावर लक्षात यावं, की रात्र अंधारून आली आहे, डोळ्यांत बोट घातलं तरी दिसत नाही. आपण संसारात रमलो डोळ्यांना पट्टी बांधून! ही पट्टी होती स्वतःच्या जाणिवेची. स्वतःला पूर्णपणे अंधारात ठेवून आपण जगत आलो आणि आता पट्टी उघडली तर ज्यांच्यासाठी पट्टी बांधली, तीच आपली म्हणणारी माणसं आपल्यापासून दूर होऊन त्यांच्या त्यांच्या विश्वात रमली आहेत.

ती अंगणात आली आणि गुलमोहोराला टेकून उभी राहिली. वाऱ्यामुळे गुलमोहोराच्या लाल पाकळ्या टपटपत होत्या.

तिला आठवलं, लहानपणी गुलमोहोराच्या फुलाची पांढरी पाकळी आपण खायचो. ती आंबट लागायची, अजूनही ती चव जिभेवर रेंगाळतेय. लहानपण! आयुष्याला परतीचा रस्ता नसतो. असता तर... तर कदाचित आपण कपाटाऐवजी तंबोरा घेतला असता. आता ह्या वयात तान निघू शकेल? रियाज नसलेल्या गळ्यातून सूर निघू शकतील?

गुलमोहोरानं फुलांचा वर्षाव केला. तिनं मायेनं त्या खडबडीत खोडावरून हात फिरवला. हे झाड आपण लावलेलं. एवढं तरी शाबूत आहे.. आपल्या गतजीवनाचा हाच ऋणानुबंध तगून आहे.

ती घरात आली. नंतरची एक सकाळ. नवऱ्याची गडबड चालली होती. त्यानं सुट्टी घेतली होती.

''आज सुट्टी का घेतली?''

''कारसाठी गॅरेज बांधायचंय. आत्ता मजूर येतील.''

''हो का?'' म्हणत ती स्वयंपाकाला लागली.

थोड्या वेळानं काहीतरी खरखर आवाज येऊ लागला. म्हणून ती बाहेर डोकावली. तिचा श्वास छातीतच अडकला.

तिचा गुलमोहोर अर्धा अधिक तोडला होता. आता त्याचं त्याच्या बुंध्याशी अगदी थोडंसं नातं उरलं होतं. कोणत्याही क्षणी तो कोसळणार होता. त्याच्या बहरलेल्या फांद्या कुऱ्हाडीचे घाव सोसताना हलत होत्या. त्या जणू नको नको म्हणत होत्या.

ती दुसऱ्या क्षणी ओरडली, ''अहो काय हे? हा गुलमोहोर का तोडलात?''

नवऱ्यानं चमकून तिच्याकडे पाहिलं. ''एवढी काय ओरडतेस? गुलमोहोरच तोडलाय. घरतर नाही ना तोडलं? तिथं गॅरेज बांधायचंय.''

''गॅरेज बांधायचं तर गुलमोहोर तोडायची काय गरज होती?''

''तो गॅरेजच्या जागेमध्ये लुडबुड करत होता.''

''पण तो तोडायच्या आधी मला तरी विचारायचं.''

''कशाला? त्या गुलमोहोराचं काय एवढं?''

''काय एवढं म्हणजे? तो गुलमोहोर मी लावला होता. तो माझा होता आणि मला न विचारता तुम्ही त्याला तोडलात?'' तिच्या डोळ्यांत संतापानं पाणी जमू लागलं.

आज प्रथमच ती एवढी संतापानं आपला विरोध व्यक्त करत होती. नवरा आश्चर्यानं पाहत होता.

कपाटासारखं दुसरं कपाट येऊ शकतं. कोणत्याही वस्तूसारखी दुसरी वस्तू येऊ शकते. पण गुलमोहोरासारखा दुसरा गुलमोहोर कसा येणार? त्याची फांदी अन् फांदी आपल्याला माहीत झाली होती. त्याच्याशी आपण कितीतरी बोलायचो. आपण त्याला ह्या अंगणात लावला. त्याला लहानपणी पहिला बहर आला, तेव्हा आपल्याला केवढा आनंद झाला होता. त्याचे श्वास-नि:श्वास सारं काही आपल्याला कळायचं आणि त्या गुलमोहोराला निर्दयीपणे तोडून टाकावं?

तिनं पाहिलं, आता एक-दोन घाव घातले, की गुलमोहोर कोसळणार होता. आता तो खोडाला लहानशा बंधनानं जोडला गेला होता. काही वेळात तेही बंधन तुटणार होतं.

आपणही ह्या संसाराशी एवढ्या अल्पशा बंधनानंच जोडून आहोत, कोणत्याही क्षणी ते बंधन तुटेल, हे तिच्या लक्षात आलं.

त्यानंतर धराशायी झालेल्या गुलमोहोराच्या कलेवराकडे तिला पाहवत नव्हतं.

तिला स्वत:चा राग यायला लागला. आपलं एवढं नगण्य स्थान या घरात आहे, की कुणाला आपलं मत विचारण्याची गरज वाटत नाही. आपण काही आपल्या अस्तित्वाचा उच्चार केला नाही. पण ह्या लोकांनी आपल्याला एवढं दुर्लक्षावं?

ती आपली सुटकेस भरत होती. नवरा दुरूनच तिची फणफण पाहत होता. तो थोडा कानकोंडा झाला होता. आपलं काय चुकलं, ते त्याच्या लक्षात आलं होतं. तिचं मन न कळण्याएवढा तो दगडाचा नव्हताच. स्वत:च्या वेगात तो तिला बरोबर घ्यायचं विसरला एवढंच.

''कुठे जातेस तू?'' अखेर त्यानं मनाचा हिय्या करून विचारलं.

''तुम्ही कुठे जाता, तेव्हा मी विचारते तुम्हाला?'' तो क्षणभर चुळबुळला.

''तुझा राग मी समजू शकतो. तो गुलमोहोर तोडायच्या आधी मी तुला विचारायला हवं होतं.'' तिला उपहासाचं हसू आलं.

''तुम्ही माझा राग समजू शकत नाही, मिस्टर काळे.'' ती अलिप्तपणे

म्हणाली.

"माझा हा राग आज तुमच्या लक्षात येतो आहे. आज आपण एक गुलमोहोर तोडला, हे तुम्हाला जाणवतेय. पण गेली वीस वर्षं माझ्या मनातले किती गुलमोहोर तुम्ही तोडले, ह्याची जाणीव आहे तुम्हाला? तुम्हा दोघांत मी हरवून गेले पण अशा आपल्यात हरवलेल्या माणसाला आपण स्वत: शोधायचं असतं, हे तुम्ही विसरलात. पावलापावलांवर मला गृहीत धरलंत. अनेकदा माझं मन पालवायचं; पण तुम्ही ती पालवी आपल्या माझ्या बाबतीतल्या बेपर्वा वृत्तीने खुडून टाकलीत. तुमच्या पावलावर पाऊल ठेवून तुमचा मुलगा चालत राहिला. मुलगा अनुकरण करत असतो; पण तुम्ही तरी मॅच्युअर होता ना? तुम्हाला कधी माझी जाणीव झाली नाही. आता फार झालं. मला इथून काही दिवस दूर जाऊ द्या. ह्या काळात मी स्वत:ला शोधायचा प्रयत्न करेन. मातीत पाणी जिरवतात आणि त्या ओल्या मातीची मूर्ती घडते. दिसणाऱ्यांना माती दिसते; पाणी कुठे दिसतं? मीही तुम्हा दोघांत अशीच शोषली गेले. मला तुमच्या जाणिवांतून स्वत:ला बाहेर काढायचंय. एका नव्या जाणिवेनं जगायचंय. ट्रॅव्हल्सच्या दारात उभी राहीन. जी मिळेल ती गाडी पकडेन आणि दूरवर जाईन."

"एवढा आततायीपणा काय कामाचा?"

"मी फार शांत आहे काळे." तिनं बॅग उचलली. मुलगा काय करावं हे न कळून दाराशी उभा होता.

"आमचं चुकलं. तुझ्याशिवाय आम्हाला सगळंच जड जाईल."

"जड जायलाच हवं. आणि ती जाणीव तुम्हाला दोघांना व्हावी हादेखील एक उद्देश माझ्या जाण्यामागचा आहेच. समईनं तेवता तेवता थोडं शांत होणंही आवश्यक असतं; तरच अंधाराची जाणीव होते. मी जी कामं करत होते, ती सर्व फार सोपी वाटायची तुम्हाला... आता ती सोपी कामं तुम्ही पार पाडा."

ती बाहेर पडली. गुलमोहोराच्या सुकलेल्या कलेवरानं तिच्या पायांना बळ दिलं.

ती आरामबसमध्ये बसली होती. कितीतरी स्त्री-पुरुष निसर्गरम्य ठिकाणं पाहायला निघाली होती. कुणी ग्रुपमध्ये रमले होते. कुणी नवराबायको स्वत:मध्येच रमले होते. एकटी होती केवळ ती. ती बसच्या खिडकीबाहेर बघत होती. कुणाहीकडे पाहण्यात तिला स्वारस्य वाटत नव्हतं. मागे पडणारी झाडं, भरभरतं वारं, मधल्या टेकड्या, क्वचित कुठली तळी ह्या सगळ्यांचं दर्शन केवढी शांत अनुभूती देत होतं! तिला आश्चर्य वाटलं. कधीतरी आपल्याला कुणी सांगितलं असतं की, तू एकटीनं प्रवास करशील. तर आपल्याला खरं वाटलं असतं? गावातल्या गावात

आपण एकट्या जायला धजत नव्हतो. पण एका कडेलोटानं केवढं बळ दिलं पायात की, आपण कुठल्या तरी अनोळखी प्रदेशात एकट्या जात आहोत. कसलीही भीती वाटत नाहीये आज. ती भीतीची सर्व कारणं शोधत होती. पण आज बंधनातीत झाल्याने तिला कोणतंही कारण भीतिदायक वाटत नव्हतं. अगदी एक स्त्री म्हणून तिचं एकटं प्रवासाला निघणं हे प्राथमिक कारणही तिला भेडसावत नव्हतं.

ती रमत होती. पण मनात थोडीशी अस्वस्थता होतीच. मन मोकळं झालं नव्हतं, पण ती निसर्गात तेही विसरू पाहत होती.

तेवढ्याच अवधीत एक-दोन प्रवाशांशी तिची जुजबी ओळख झाली होती. तिच्या एकट्यानं येण्यानं सर्वांनाच आश्चर्य वाटत होतं. त्या जुजबी बोलण्यातून ती लगेच बाहेर येत होती. आपण कुणातही ह्या प्रवासात रमायचं नाही, हे ती मनाला बजावत होती. हा प्रवास केवळ आपल्या एकटीचा आहे. सोबत आहेत काही प्रश्न! ते प्रश्न सुटायला एकान्त हवा असतो. त्या एकान्ताचा भंग होईल असं काहीही आपण करायचं नाही.

बस एका निसर्गरम्य ठिकाणी थांबली. संपूर्ण प्रवासात तिथले पॉइंट्स पाहायला ती सगळ्यांबरोबर गेली नव्हती. कारण साइट सीईंगसाठी हा प्रवास नव्हता. तिला एकटेपणानं निसर्गात हरवायचं होतं. साइट सीईंगचा गोंधळ तिला मानवत नव्हता.

ती व्यवस्थापकांजवळ गेली.

"बस परत कधी निघणार आहे?"

"मॅडम, हा स्पॉट सर्वांना आवडतो. कदाचित आज हॉल्ट होईल. दोन दिवस राहू आपण. संध्याकाळी आठ वाजता पुन: ह्याच हॉटेलमध्ये बस येईल. इथेच सर्वांची सोय केली आहे."

"ठीक आहे. मी माझी जाते." व्यवस्थापक थोडे घुटमळले.

"मॅडमऽऽऽ"

"हं?"

"तुम्ही अशा एकट्या फिरता... पण बसमधल्या प्रवाशांची जबाबदारी आमच्यावर असते. इतर ठिकाणं लहान होती. पण इथे मोठा हॉल्ट आहे. तुम्ही अशा एकट्या..." तिनं त्याला मधेच थांबवलं. "माझ्या लक्षात आली तुमची अडचण. जस्ट अ मिनिट." तिनं पर्समधून कागद-पेन काढलं. "मी माझ्या मर्जीनं एकटी फिरते आहे. मला काही झाल्यास जबाबदार मीच आहे. इतर कुणी नाही." खाली आपली सही करून तिनं तो कागद व्यवस्थापकांकडे दिला. वाचून कसनुसा

चेहरा करून त्यानं ती चिठ्ठी आपल्या खिशात ठेवली. सामान आपल्या खोलीत ठेवून ती बाहेर पडली. हॉटेलबाहेर आल्यावर तिथल्या एका वाटाड्याला तिनं गाठलं.

"इथे पाहण्यासारखं काय काय आहे?"

"बाईजी... कुछ स्पॉट्स अच्छे है ! पण.. हा सर्वच परिसर पाहण्यासारखा आहे हां... एक स्वामीजींचा मठ आहे इथं."

"मठ?"

"मठ म्हणजे ते देव वगैरे तिथे काही नाही. खूप पुस्तकं असतात. त्यांत स्वामीजी रमलेले असतात. बाईजी, तुम्ही त्या सर्वांबरोबर गेला नाहीत म्हणून तुम्हांला सांगितलं. कदाचित तुम्हाला ते ठिकाण आवडेल." वाटाड्या मनकवडा होता.

"कोठून वाट आहे त्या आश्रमाची?"

"बस्, ये ऐसे ही सीधा जाईये... गाव संपले की स्वामीजींचा मठ आहे." त्यानं तिला वाट दाखवत म्हटलं.

ती वाटेवरून जात होती. थंडीची शिरशिरी अंगावर जाणवत होती. बाजूला उभी असलेली उंचच उंच सुरूची झाडं... हे समोरचे डोंगरकडे, कुठे दरी, कुठे उंच शिखरं. तिचं मन त्या निसर्गाच्या विराट दर्शनानं दडपून जात होतं. खरंतर काहीसं धडधडत होतं. पण त्या विराट डोंगरकड्यांवर, दरीच्या उतारावर इवलीशी पिवळी, गुलाबी फुलं उमलली होती. वाऱ्याबरोबर डुलत होती, त्यांना निसर्गाचं भय वाटत नव्हतं. त्या विराटपणाचीच त्यांनी कूस केली होती.

ती आश्रमात आली. आश्रम शांत होता. निसर्गरम्य ठिकाणं पाहायला येणाऱ्या व्यक्तींना त्या आश्रमाशी काहीही देणंघेणं नव्हतं. हे स्पष्ट होतं.

बराच मोठा सभामंडप होता आणि त्यावर ध्यानमंदिर असं लिहिलं होतं. ती तो सभामंडप पाहत होती. गावाच्या एका टोकाशी तो आश्रम आणि पुढे मोठी दरी. म्हणजे त्या आश्रमापुढे कोणतीही वास्तू बांधली जाण्याची शक्यता नव्हती. आश्रम गावाबाहेर राहील, अशी सोय निसर्गानंच केली होती.

ती खाली बसली. ध्यानमंदिर शांत होतं. तिच्याखेरीज तिथं दुसरं कुणीही नव्हतं.

भोवतालचा निसर्ग... ते शांत ध्यान मंदिर, तिचं एकटेपण.... तिनं डोळे मिटले. क्षणभर शांत वाटलं... त्या शांततेच्या कुशीत ती हरवत गेली. हरवता हरवता आतून उन्मळून आली. मी कोण... माझी ओळख काय? स्वत:बद्दलची एक अपरिचित जाणीव... हे कसं पुसायचं? आपण स्वत:ला कसं शोधायचं? स्वत: स्वत:ला कसं सापडायचं? हा आत्मशोध जमेल? सर्व जाणिवा तिच्या

अंतरंगात वावटळीसारख्या भिरभिरू लागल्या. तिची स्वत:ची जाणीव त्या वावटळीत तुटलेल्या पानागत भिरभिरू लागली... त्या वावटळीचा आवेग... आणि त्या भिरभिरत्या स्वला पकडण्याची तगमग, आटापिटा...

तिच्या माथ्यावर कुणाचा तरी हात स्थिरावला. त्या तगमगीतून ती भानावर आली. तिला जाणवलं, आपलं अंग गदगदतं आहे, डोळ्यांतून पाणी वाहत आहे. तीस वर्षांच्या एकटेपणाची वेदना आज आपण रडून मोकळी केली... पण हा हात...

तिनं डोळे उघडून समोर पाहिलं. साध्या पांढऱ्या रंगाचा भारतीय पेहेराव केलेले स्वामी समोर उभे होते. ती पाहत राहिली. डोळ्यांत आकाश एवढं उतरू शकतं? एवढी करुणा, एवढी माया कुणा अनाहुतासाठी असू शकते? त्यांची छातीवर रुळणारी दाढी... वाढलेले केस. चेहऱ्यावरच नीटनेटकेपण. सुसंस्कृत, सुशिक्षित पण तिच्या परंपरागत स्वामी ह्या कल्पनेला छेद देणारी स्वामी नावाची व्यक्ती समोर उभी होती. एवढी आकाशदृष्टी स्वामीशिवाय दुसऱ्या कुणाचीच नसणार.

तिनं डोळे पुसले आणि ती त्यांच्या पायाशी वाकली.

"ऊठ बेटा... कसला आवेग दाटला होता एवढा? कधीची रडत होतीस." त्यांच्या डोळ्यांच्या आकाशात काळजीचे मेघ दाटून आले.

"स्वामीजी..." एवढं बोलून ती गप्प झाली. पहिल्या वाक्याच्या ओळखीत काय सांगायचं स्वामींना?

स्वामींनीही तिचा तो भाव ओळखला असणार. "बेटा, माझ्यावर विश्वास आहे?"

एका मिनिटापूर्वी भेटलेला माणूस हा प्रश्न विचारत होता; पण एका मिनिटापूर्वी पाहिलेल्या माणसावर तिचा विश्वास बसलाही होता.

तिनं होकारार्थी मान हलवली.

"चल, आपण बाहेर जाऊ, तुल हवं ते तू बोल..."

स्वामीजी बाहेर पडले. सूर्यप्रकाशाचे कवडसे स्वामींच्या चेहऱ्यावर पडले होते. ते सूर्याचे किरण परावर्तित होताहेत की स्वामींच्याच व्यक्तिमत्त्वातून किरण स्फुरताहेत, हे लक्षात येऊ नये एवढं तेज स्वामींच्या चेहऱ्यावर होतं.

स्वामी चालता चालता दरीच्या काठाशी आले. ती थबकली.

"घाबरतेस?"

"हो."

"मृत्यूला?"

''नाही... स्वामीजी... असा विराट... काही अक्राळविक्राळ निसर्ग मी प्रथमच पाहतेय.''

स्वामी हसले. किंचित खाली एक पायवाट जाऊन एका शिळेजवळ थबकली होती.

''चल, ती माझी बसायची जागा आहे.''

ती पाहत राहिली. चार पावलं उतरलं की ती शिळा होती. पण ती चार पावलं उतरणं अवघड होतं आणि ती शिळा डोंगरातून बाहेर आली होती. जणू डोंगरानं आपला तळवा पसरला होता. तिच्या आजूबाजूला खाली काहीही नव्हतं. अगदी अधांतरी ती शिळा होती.

''मला भीती...''

''माझ्यावर विश्वास ठेवलास ना? चल मग.'' त्यांनी हात पुढे केला. तिनं स्वामीजींचा हात घट्ट धरला. ती शिळेवर आली. तिन्ही बाजूंनी वारं घोंघावत होतं.

''बसा.''

स्वामीजी शिळेवर बसले.

तीही बसली.

''थोडा वेळ गेला, की भीती कमी होईल. मग ही जागा आवडेल.''

''स्वामीजी, ही जागा शोधणाऱ्या तुमची धन्य आहे!''

''हां बेटा. आपल्याला जेव्हा आपला शोध घ्यायचा असतो, तेव्हा निसर्ग आपल्या मदतीला धावून येतो. ह्या शिळेएवढंच आपलं जीवन अधांतरी असतं. कोणत्या तरी श्वासाच्या अंतरावर मृत्यू उभा असतो... समोर बघ.'' त्यांनी दूरवर दाखवलं. समोर मोठी दरी होती. त्या दरीच्या खोलीत आकाश उतरल्यासारखं वाटत होतं.

''ह्या जागी आकाश आणि जमिनीच्या जागाही पुसल्या गेल्या आहेत, कुठे आकाश खाली तर कुठे जमीन वर. जर निसर्गाची ही अवस्था, तर माणसानं आपल्या क्षुद्रतेचा अहंकार किती बाळगावा?''

तिला ते म्हणणं पटलं.

''तुझं नाव काय?''

''सुनीता मनोह...''

''हं, तेवढं सुनीता पुरे. हाक मारायला तेवढंच पुरतं. त्यापुढचं नाव असतं आपण कोणाच्या मालकीचे आहोत त्याचं आणि आडनाव म्हणजे जातीचा अहंकार.''

''तुम्ही म्हणून असं म्हणता स्वामी. पण बाहेरच्या जगात पूर्ण नाव, जन्मगाव, मिळकत वगैरे सर्व माहिती लागते.''

''कारण बाहेरचं जग भेदावरून माणसाला लक्षात ठेवतं... तो श्रीमंत, तो गरीब.. तो मोठ्या कुळातला, हा हीन कुळातला, पण एकदा ह्या मार्गाला आलं, की ही भेदओळख संपते. उरते ती साम्याची ओळख. तुझ्या आत्म्याचं आणि माझ्या आत्म्याचं साम्य... एवढीच ओळख.''

''स्वामीजी... बरं झालं मी साइट सीईंगला गेले नाही. आज एवढं चांगलं ऐकायला मिळणार आहे.''

''तू एकटी आलीस तेव्हाच मी ओळखलं ते आणि तू अस्वस्थ होऊन रडत होतीस. फार मोठी खळखळ घेऊन आली आहेस?''

स्वामींकडे आणि निसर्गाकडे पाहता पाहता ती संकोचली.

''फार मोठी खळबळ मनात आहे हे आत्तापर्यंत वाटत होतं. पण ह्या क्षणी त्या खळबळीचं क्षुद्रपण लक्षात येतंय... तुमच्याकडे आणि ह्या निसर्गाकडे पाहून.''

''बरोबर आहे. ह्या निसर्गापुढे आपण क्षुद्र असतो. त्यामुळे आपलं असमाधानही क्षुद्र असतं. पण काही वेळ वेगळ्या तऱ्हेचं विराटपण आपल्या नेहमीचं अंगवळणी पडतं आणि लक्षात येत नाही.''

''म्हणजे?'' न कळून तिनं विचारलं.

''जो निसर्ग तुला आज भयंकर विराट वाटतो, तेवढा तो उद्या वाटणार नाही. कारण एका दिवसाची सवय तुला त्या निसर्गाची झालेली असते. तसाच तुझ्या विश्वात एक विराट मोठा समाज. त्या समाजात लहानपणापासून राहिल्याने तुला तो सवयीचा झाला. पण पृथक्‌पणे त्या समाजाची जाणीव केलीस तर आपोआपच तू तुझ्या व्यक्तिमत्त्वाचं सर्वसामान्यीकरण करशील. एकदा तुझं सामान्यीकरण झालं, की दु:खाचं अति सामान्यीकरण होतं. कारण आपल्यापेक्षा वाईट परिस्थितीत राहणारी अनेक माणसं असतात. त्यांची आपल्याला जाणीव नसते.''

स्वामींनी केलेल्या सर्वसामान्यीकरणाच्या व्याख्येमुळे तिच्या मनावरचा भार खरोखरच कमी झाला. अनेक दडपणं कमी झाल्यासारखी तिला वाटली. खूपशी दारं बंद असावीत आणि अचानक ती उघडली जावीत... मोकळं वारं आत यावं, तसं तिला वाटलं. तिनं एक मोकळा श्वास घेतला. त्या क्षणी तिला विचित्रसं जाणवून गेलं, की आपण आत्ता ह्या खोल दरीत पडून मेलो, तरी हरकत नाही. पण नाहीच पडलोत, तर जगायलाही हरकत नाही. जगण्या आणि मरण्याचा अट्टाहासच जणू संपला होता. केवढी मुक्त जाणीव होती ती! आणि आपल्याला जे काही आधी डाचत होतं, ते ह्या क्षणी स्वामींना सांगावं, असं तिला वाटलं.

''स्वामी, माझं व्यक्तिगत असं काही बोलू?''

''बोल ना?''

“आता एवढ्यासाठी बोलते, की मी माझ्यातून बाहेर पडल्यासारखी वाटतेय. त्यामुळे निर्विकारपणे सांगू शकेन. पुन्हा स्वत:त अडकले, की सांगताना रडणं वगैरे..”

स्वामी हसले. त्यांचं हसणं दऱ्यांमधून प्रतिध्वनित झालं. जणू दऱ्या हसल्या!

“अगंबाई.... सर्व दऱ्या हसल्या!” ती आश्चर्यानं उद्गारली.

“हं, आणि तू रडलीस तर सर्व दऱ्या रडतीलही. त्यांना रडवायचंय?”

“नाही.”

“मग शांतपणे सांग तुला काय त्रास आहे तो.”

“स्वामी, माझा त्रास म्हणजे...” ती शब्द शोधू लागली आणि तिला संकोचही वाटू लागला. काहीतरी क्षुद्रसं आपलं दु:ख आणि ते स्वामींना कसं सांगायचं.... पण नाही. ते सांगायलाच हवं. कारण आज काही प्रश्नांची उत्तरं मिळतील. पुन: ही संधी येणार नाही. तोडक्या मोडक्या शब्दांत तिनं सारं काही सांगितलं..

“स्वामीजी, मला माहित्येय माझा प्रश्न अगदी साधासा आहे.”

“नाही बेटा. ज्यानं आत्मा दुखतो, ते कोणतंही दुखणं साधं नसतं. पण त्यावरचा उपाय फार सोपा आणि त्याच वेळी फार अवघडही असतो.”

“ते कसं?”

“सुनीता, आपण आपल्याला फार विसरत जातो आणि इतरांकडून स्वत:साठी अपेक्षा करू लागतो. तुला अपेक्षा तुझ्या नवऱ्याकडून आहेत. मुलाकडून आहेत. पण त्या अपेक्षा तू कधी त्यांना सांगितल्यास? खरंतर तू आपल्याही काही अपेक्षा आहेत, हेच विसरत गेलीस. आयुष्यांनी एकमेकांचं किती व्हायचं, ह्यालाही काही मर्यादा असत. कोणतंही आयुष्य पूर्णतया दुसऱ्याचं होऊ शकत नसतं. ते अंतर समजून घेतलं, तर दु:सह होत नाही आणि हे अंतर समजून घेतल्यावर, लक्षात येतं की आपल्या गरजा आपणच पूर्ण करायच्या असतात. मी भौतिक गरजांबद्दल बोलत नाही. एक मनापासून विचार कर सुनीता. तू इतरांकडून अपेक्षा करतेस... त्यातून दु:खी होतेस. पण तू स्वत:कडून स्वत:च्या अपेक्षा काही आहेत, हे लक्षात घेतलं आहेस कधी? तू स्वत:च्या अपेक्षा किती पूर्ण केल्या आहेस? माणसाला निसर्गानं खूप काही दिलेलं असतं. आपलं मनही हे जाणत असतं. पण अनेक पडदे आपण त्या क्षमतांमध्ये आणि आपल्यामध्ये निर्माण करतो. स्त्रीत्वाचा, प्रेमाचा, कर्तव्याचा. पण त्या क्षमता तशाच फुललेल्या असतात. आपण पडदे टाकले, तरी त्या दरवळायच्या राहत नाहीत. तो सुगंधी हाकारा येतो आणि आपण मात्र ओ देत नाही आणि असमाधान इथूनच सुरू होतं. मग त्या समाधानाचं खापर आपण इतरांवर

फोडतो. खरं तर आपण आपल्याला जेवढं समाधान देऊ शकतो तेवढं आणखी कुणीही देऊ शकत नाही. म्हणून स्वत:त डोकावून पहा सुनीता, ही डोंगरावरची फुलं.. एका दिवसासाठी उमलतात, वाऱ्यावर आनंदानं झुलतात, ते फूल विचार करत नाही, की आपलं आयुष्य एका दिवसाचं आहे. आपण का उमलायचं? ती निसर्गाची क्षमता आहे... मग आपण ह्या क्षमतेवर कृत्रिम बंधनं का घालायची? धीटपणे स्वत:च्याच अंतरंगात दोन पावलं पुढे व्हायचं. स्वत:च्या अपेक्षेला शोधायचं आणि आपणच त्या अपेक्षा पूर्ण करायच्या.

"हे सांगायला सोपं आहे. पण आचरणात आणताना ते फार अवघड जातं. कारण माणूस एकटा नसतो. त्याची अनेक नाती असतात. नात्यांचे बंध असतात आणि त्या नात्यांकडून आपल्या अपेक्षा असतात. मग आपण त्या नात्यांवर अवलंबून राहायला लागतो. ही नाती आपल्या गरजा पूर्ण करतील, असं वाटू लागतं आणि तसं घडलं नाही, की आपण दुखावतो. एकदा मनाला दुखावण्याची सवय लागली, की त्याला तेच आवडायला लागतं. आपण केवढं सहन करतोय, हा एक दर्प त्या दु:ख ओढवून घेण्यात असतो. खरंतर आपण फार थोडं जाणत असतो आणि त्यालाच सत्य समजतो. ह्या सगळ्या मानसिक वाटचालीत आयुष्याचा उद्देश आनंद हा आहे, हेदेखील आपण विसरून जातो. ते भान आपण ठेवायला हवं. पटतंय काही?"

तिनं नुसतं त्यांच्याकडे पाहिलं. त्या शांत डोळ्यांत ती क्षणभर हरवली.

"स्वामीजी, पटतंय; पण तुम्ही हे बंध कसे तोडलेत?"

"हे सर्व विचार मी फार आधीच केले होते. त्यामुळे बंध निर्माण करण्याच्या भानगडीत पडलोच नाही. पण तरी एक लक्षात आलं, की एखाद्या बेसावध क्षणी अनेक तऱ्हेचे बंध मनाला पडू पाहतात. कधी निसर्ग बंध घालू पाहतो... कधी भक्त..."

"निसर्ग?"

"हो. माणसाच्या निसर्गाकडून अपेक्षा सुरू होतात. पण निसर्गाचं सृजनशील स्वरूप जेवढं खरं, तेवढंच त्याचं विनाशकारक रूपही खरंच असतं. पण आपण ते टाळायला बघतो. विनाशी निसर्ग ही संकल्पना मग मनाला पटवावी लागते. म्हणून हा आश्रम मी इथे बांधला. ह्या रुद्रभीषण काठाशी... चार महिने बर्फाळ असलेल्या ह्या प्रदेशात निसर्गाचा सर्व लहरीपणा मी स्वीकारला आहे."

तिला तो जीव दडपून टाकणारा निसर्ग आता हळूहळू आपलासा वाटू लागला. तिला आठवून गेलं आपलं घर, आपला प्रदेश, परिसर; पण त्याच वेळी स्वामींनी जे समाजाच्या विराटपणाचं भान दिलं तेही आठवलं. हे स्वत:ला शोधणं,

स्वत:कडून अपेक्षा पूर्ण करवून घेणं आपल्याला जमेल? आपण इथून गेलं की पुन: मुलात रमू? नवऱ्यात रमू? कदाचित पुन: दुखावूदेखील.

"स्वामीजी, तुम्ही संन्यस्त आहात; पण आमच्यासारख्या संसारी माणसांना तुम्ही म्हणता, तो मार्ग जमू शकेल?"

"बेटा जमू शकणं न शकणं हा फार वरवरच्या प्रयत्नांचा पर्याय आहे. एकदा मनाशी निश्चय केला, की सर्वच जमणार असतं. मी माझ्या सर्व नैसर्गिक इच्छा मारून संन्यस्त झालो, तेही मनाच्या कठीण परीक्षा देत. हे सर्व कष्टसाध्य असतं. आयुष्यात केव्हातरी एखादं व्रत स्वीकारावं लागतं. जे स्वीकारतात, ते जाणीवपूर्वक जगणारे असतात. हे व्रत म्हणून तू स्वीकार. तुझ्यासाठी खरंतर सर्व सहजशक्य आहे."

"सहजशक्य? कसं?"

"स्वत:कडून तुझ्या ज्या अपेक्षा आहेत, त्यात संगीतही आहे. त्या सुरांना स्वत:ला वाहून घे आणि हे सूरच तुला तुझ्यातून बाहेर काढतील. कोणतीही कला कलावंताला स्वत:तून बाहेर काढून एक व्यापक परीघ देत असते. त्यात आयुष्याचा जो केवळ स्वचा केंद्रबिंदू असतो, तो ढळतो. एक वेगळा केंद्रबिंदू त्याला लाभतो."

"मला जमेल हे?" ती पुन: स्वत:शीच मोठ्यानं बोलावं तसं बोलली.

"जमेल. कारण मानसिक दृष्ट्या तू तुझ्या जीवनातून उठून जीवनाच्या काठाशी उभी आहेस... तू मुद्दाम एकट्यानं प्रवासाला निघालीस. म्हणजेच तुझ्या पावलांत आत्मविश्वास भरला आहे. जिथे आत्मविश्वास आहे, तिथे स्वत:चे संदर्भ अधिकाधिक गळून पडतात. ती अवस्था अधिक यश देणारी असते. सुनीता, त्याहूनही महत्त्वाचं समाधान हे यश आणि अपयशापलीकडचं असतं. एकदा यश पचनी पडलं, की प्रत्येक व्यक्ती समाधानाच्या शोधातच फिरते. जीवनाचा उद्देश समाधान. आणि जीवनाचं फलित आहे निर्मळ आनंद." स्वामींचं बोलणं ऐकता ऐकता ती विचारात गढली आणि एका विचारानं तिचं मन पुन: झाकोळून आलं.

"स्वामी, एवढी धडपड करायची; पण ह्या धडपडीचा, जगण्याचा अर्थ काय? काही वर्षांनी येणारा मृत्यू? जर हेच अंतिम सत्य असलं, तर जगायचं कशाला?"

स्वामींची दृष्टी आकाशात उडणाऱ्या पक्ष्यांमध्ये गुंतली. त्यांच्या झेपीबरोबर दृष्टीही झेप घेऊ लागली.

"सुनीता, तुझ्या ह्या प्रश्नाचं उत्तर आपल्या उपनिषदांत फार छान आहे. 'स ऐक्षत बहुस्याम्'... म्हणजे त्याला अनेक रूपांत अवतरावं वाटलं, म्हणून 'त्यानं' आपल्या अंशातून हे सर्व चराचर ब्रह्मांड तयार केले आणि मग हे जग निर्माण

केल्यावर त्याची अनुभूती घ्यायला आपल्याला निर्माण केलं... सुनीता, दोन व्यक्ती जवळ येतात. लाखो शुक्राणूंपैकी एक फलित होतो आणि आपण जन्मतो. म्हणजे त्या लाख पर्यायांपैकी आपण एक पर्याय आहोत. म्हणजे केवढ्या अपघातानं आपल्याला जन्म मिळतो आणि त्यानंतर आपण सतत अनुभूती घेतो, दिवस-रात्रींची, सौंदर्याची.. आपण भाग्यवान आहोत की, परमेश्वरानं काही वर्षं आपल्याला देऊन ह्या त्याच्या निर्मितीचं कौतुक पाहायचं साक्षीदार केलंय. आपल्या जीवनाचा उद्देश हे 'त्याचं' कौतुक पाहणं हाच आहे.''

सुनीताला हसू आलं.

''स्वामीजी, तुमच्याजवळ सर्व प्रश्नांची उत्तरं आहेत.''

''नाही बेटा. माझ्या मार्गात पडणारे अनेक प्रश्न मला अजून छळताहेत. संन्यास घेतला म्हणजे सर्व संपलं, असं नसतं. संन्यासाचं मन रमायला घर नसतं, आप्तस्वकीय नसतात. त्याच्या भोवती असतात प्रश्न आणि सतत त्या प्रश्नांची उत्तरं शोधणं! हे काम, हा सततचा आत्मिक प्रवास आमचा चालूच असतो, म्हणून मी अजून जगतो आहे. एकदा सर्व प्रश्न संपले, की समाधी-अवस्था फार दूर राहत नाही.''

तिनं चमकून त्यांच्याकडे पाहिलं. त्यांची पांढरीशुभ्र दाढी वाऱ्यावर भुरभुरत होती. कुठल्यातरी अगम्य अशा तंद्रीत ते क्षणातच गुंगले.

सूर्य आता माथ्यावर आला होता. त्याची ती अवस्थाही त्या डोंगराळ, थंड प्रदेशात सुखावह वाटत होती.

''चल बेटा... जेवायची वेळ आली.''

स्वामी उठले... ते भराभर आश्रमाकडे चालू लागले.

''स्वामीजीऽऽ'' सुनीता त्यांच्यामागे धावत गेली.

स्वामी थबकले.

''बेटा, आमचे काही आचारधर्म असतात. त्यांपैकी एक आचारधर्म म्हणजे कुणातही फार काळ रमायचं नाही... पण... खरी सोबत ही वैचारिक सोबत असते. जी माणसानंतरही मनाची सोबत करते. मी विचारांनी तुझ्याबरोबर आहे. आशीर्वाद...'' स्वामी भराभर आपल्या ध्यानमंदिरात गेले आणि पाहता पाहता ते आत दिसेनासे झाले.

क्षणभर काही न कळून ती उभी होती. आणि मग ती स्वत:शीच हसली. स्वामींच्या भेटीचा आयुष्यातला काही तासांचा काळ परिसस्पर्शानं झगमगू लागला होता. ते काही तास आपल्या आयुष्याचं सोनं करायला समर्थ आहेत, हे तिनं जाणलं. अगदी शांत मनानं ती आपल्या विश्वाकडे परतू लागली.

◆

८. निसटते किनारे

तो जिवाच्या आकान्तानं पळत होता. या क्षणी त्याच्या पायांत सर्व जीवनशक्ती सामावली होती. त्याच्या अस्तित्वाचा प्रश्न होता. एक भलामोठा जथा त्याच्या मागे लागला होता. त्या जथ्याला त्याला पकडायचं होतं. त्याच्या हातून जो गुन्हा घडला होता, त्या गुन्ह्याच्या मानाने फार मोठी शिक्षा त्याला द्यावी, हे जथ्यातल्या प्रत्येक माणसाचं वैयक्तिक मत नसलं, तरी जथ्याचं मात्र मत होतं. कदाचित त्यातल्या प्रत्येक माणसानं त्याला वैयक्तिकपणे माफ केलं असतं. पण या क्षणी त्याला पकडावं, चांगलं बुकलून काढावं, त्याला अर्धमेलं करावं, ही

क्रूर इच्छा त्या जथ्याची होती. जथ्याच्या क्रूर इच्छेपेक्षा त्याची जीवनेच्छा प्रबळ ठरली. ते गाव दिसेनासं झालं, जथा दिसेनासा झाला, तरी तो पळत होता. त्याला बेसावध राहायचं नव्हतं. आपण जथ्याच्या हाती पडलो, तर आपल्याला जबरदस्त मार पडणार. लोकांनी मारायला सुरुवात केली, की ते मागचा पुढचा विचार करणार नाहीत, हे तो जाणत होता.

आपण चोरी केली. कारण आपल्या पोटात दिवसभरात अन्न गेलं नव्हतं. दुसरा दिवस उपाशी काढणं अवघड होतं. काय करावं कळेना. उपाशी राहून मरायचं की चोरी करायची? 'मरण' हा शब्द मनात येताक्षणी तो थरकापला होता. नाही, मरायचं नाही. मग चोरी करावी लागली तरी बेहेत्तर... त्याच्या मनानं जीवनगीत आळवायला सुरुवात केली. आणि अखेर मरणाचा मार्ग टाळायला त्यानं चोरीचा मार्ग स्वीकारला. पण चोरीची सवय नसल्यानं तो हेरला गेला. लोक मागे लागल्याक्षणी तो पळायला लागला. आधी मरण टाळायला चोरी, आता मरण टाळायला पळणं...

तो पळता पळता भानावर आला. लोकांना चुकवीत तो रस्ता मिळेल त्या दिशेनं पळाला होता. पण आता धपापत थांबल्यावर मात्र आपण कोठे आलोत, याचा तो अदमास घेऊ लागला. आजूबाजूला निरखून पाहू लागला. त्याच्यासाठी तो सगळाच प्रदेश अनोळखी होता. कारण त्यानं पळता पळता चक्क जंगलात प्रवेश केला होता. त्यानं आपण आल्या मार्गावर वळून पाहिलं. कुठेही पाऊलखुणा नव्हत्या. कुठेही त्या गावाची गोपुरं, धुरांचे वळसे दिसत नव्हते. सगळ्या दिशा त्या जंगलातल्या झाडांनी गिळून टाकल्या होत्या.

तो भांबावला. घाबरला. पण आपण घाबरूनही चालणार नाही, हे त्याला कळत होतं. त्यानं आधी आपल्या कमरेला खोचलेलं फटकुर काढलं आणि तो स्वत:वरच खूष होऊन हसला.

पैसे उचलता उचलता बाजूच्या ताटातल्या पोळ्याही त्याला दिसल्या होत्या. त्याला पैशाएवढ्याच त्या पोळ्याही महत्त्वाच्या वाटल्या होत्या आणि त्या भुकेच्या भरात त्याने पोळ्याही उचलून घेतल्या होत्या.

आता त्या पोळ्या पाहून त्याची आतडी भुकेनं उसळून जणू वर आली. त्यानं पोळ्यांचे लचके तोडायला सुरुवात केली. जठराग्नी शांत झाला. आता त्याला त्या जंगलाची भयावहता जाणवू लागली. दिवसाचा प्रहर असूनही त्या जंगलात प्रकाश अगदी कमी होता. घनदाट झाडीनं सूर्यकिरण अडवले होते. नेहमीची ओळखीची झाडं तिथे नव्हती. अनोळखी झाडांच्या गर्दीत तो उभा होता. झाडांवर चढलेल्या वेली, त्यांचे वेटोळे सापासारखे दिसत होते. वाऱ्याबरोबर वेली हलल्या,

की त्या सरपटल्याचा भास होत होता. झाडांच्या फांद्या अशा पसरल्या होत्या, की त्या जणू त्यांच्या परिघात येणाऱ्या सजीवाला आपल्याकडे ओढून घेणार आहेत! पळस, पिंपळ, वड, कदंब ही झाडं त्याच्या माहितीची होती. पण ही कुठली झाडं इथे वाढली आहेत? अपरिचितपणाच्या भावनेनं तो घाबरला.

तेवढ्यात हुप्प आवाज आला. जंगलभर त्याचा प्रतिध्वनी गेला. त्या आवाजाला इतर चित्कारांचे प्रतिसाद आले. मधूनच एक डरकाळी... पाठोपाठ पक्ष्यांचा कलकलाट, नरड्यात दात घुसल्यानं निघालेला आर्त स्वर... आणि नंतरची मरणशांतता.

"परमेश्वरा, मी कुठे येऊन पोचलो?" हळूहळू तो सगळा कालवा शांत झाला.

त्यानं आपल्या भयानं कापणाऱ्या हातानं डोळ्यातलं पाणी पुसलं. आपण एवढे लहान झालोत की लहान मुलासारखे रडतो आहोत! दुःखात सुख एवढंच, की इथे पाठीमागे धावणारा मनुष्यप्राणी नाही. पण... वाघ, चित्ता आला तर...

आत्ता हे जंगल एवढं भयावह वाटतं आहे, तर रात्र झाल्यावर कल्पनाच करायला नको! आपण कोणत्या तरी दिशेनं चालत राहायला हवं. कुठूनतरी आपण जंगलाबाहेर पडूच की. जंगल काही जगाच्या अंतापर्यंत तर पसरलं नसणार. तो थोडा ताजातवाना झाला. त्यानं मनाला घट्ट केलं आणि एक दिशा निश्चित करून तो चालू लागला. चालता चालता तो थबकत होता. मध्येच पावलांच्या जवळून साप धीटपणे निघून जात होता. काही साप तर काटक्यांच्या रंगाचे आणि तसेच बारीक. काडी समजून पाय टाकावा, तर पायाचा चावा घेतील असे. त्यानं एक झाडाची बारीक फांदी उचलून घेतली. ती आपटत तो चालू लागला. त्याच्या चाहुलीनं त्याच्या भोवतालचं रान सावध झालं. खारी आपलं झाडावर सरसरणं विसरून त्याच्याकडे आश्चर्यानं पाहत होत्या. हा कोण नवा प्राणी? असा आश्चर्याचा भाव त्यांच्या चेहऱ्यांवर होता. माकडांच्या आया आपल्या पिल्लांना जवळ ओढून घेत त्याच्याकडे रोखून पाहत होत्या. एखादं पिल्लू फांदीला हातांनी लोंबकळून त्याची गंमत करू पाहत होतं.

रान त्याला भीत होतं आणि तो रानाला भीत होता. धावतपळत त्याचा प्रवास सुरू होता. रात्र व्हायच्या आत; वस्तीत पोचलो तर बरं होईल; नाहीतर अंधाऱ्या रानात भीतीनंही आपला मृत्यू होऊ शकेल. हे कसले दिवस आपल्या नशिबात आलेत! जिथेतिथे आपल्याला मृत्यूच दिसतो आहे. पुढचा दिवस आपण पाहू शकू की नाही, असं वाटायला लागलंय. जगणं इतकं अशाश्वत त्याला कधीच वाटलं नव्हतं.

तो चालता चालता थबकला आणि भीतीनं समोर पाहू लागला. समोर एक

वाघ आपले डोळे रोखून त्याच्याकडे पाहत होता. त्याचे ते उग्र करडे डोळे, शेपटी आपटणं, मध्येच डरकाळी फोडणं.

आयुष्यात अशा तऱ्हेनं नैसर्गिक तऱ्हेचा वाघ तो प्रथमच पाहत होता. त्याचे पाय लटपटू लागले. कधी वाघाचे खेळ पाहताना आपण आनंदानं टाळ्या वाजवल्या होत्या. पिंजऱ्यातल्या वाघाला वेडावूनही दाखवलं होतं. पण आज हा मुक्त वाघ आपल्याला सोडेल?

पण क्षणकाल रोखून पाहून वाघानं आपली जीभ ओठांवरून फिरविली. ओठांवरचं रक्त चाटून घेतलं आणि तो रानात निघून गेला.

तो आता मात्र कापऱ्या आवाजात रडू लागला. वाघानं नुकतीच शिकार केली होती आणि म्हणूनच केवळ आपण वाचलो आहेत, हे त्याला जाणवलं. तो पुढे पळू लागला. पण पळतानाही आपण जीवनाच्या दिशेनं पळत आहोत, की मरणाच्या दिशेने जात आहोत, हे त्याला कळेना. सर्व भीतीत जगण्याची आदिम ऊर्मी उफाळून येत होती. त्याला मृत्यू हा शब्द पुसून टाकायचा होता.

अखेर तो हरला. जंगलात अंधार क्षणाक्षणानं गडद होत चालला होता. हळूहळू पायाखाली काय आहे, हे त्याला दिसेनासं झालं. आता काय करावं? एक मोठा प्रश्न त्याच्यासमोर पडला असतानाच तो थबकला.

बऱ्याच दूरवर त्याला शेकोटी पेटलेली दिसली. त्या शेकोटीभोवती तीन-चार माणसं बसली होती. अंधारात त्या शेकोटीच्या लालपिवळ्या ज्वाळा उठून दिसत होत्या. भोवतालची माणसं मात्र काळ्या आकृतीत दिसत होती. त्याचा आपल्या डोळ्यांवर विश्वास बसेना. आपण एका वस्तीजवळ येऊन पोचलो आहोत. एक अशक्यप्राय गोष्ट शक्य झाली... त्याचं एवढ्या वेळ निराशेनं भरलेलं मन आशेनं फुलून आलं. या दिवसभरात मरण या एकाच शब्दानं त्याचं आयुष्य व्यापलं गेलं होतं. कुठल्याही क्षणी त्या मरणाचा जबडा बंद होऊन त्याच्या आयुष्याचा घास घेतला जाणार होता.

पण आता जीवनाची ज्वाला त्याला सुखावत होती. स्थिरावलेल्या अंधारात ज्वालेच्या रूपानं एक धगधगतं जीवन फुलून आलं होतं. आता तो शांत मनानं विचार करीत होता. आपण वस्तीजवळ जरी आलो असलो, तरी मध्ये मोठा भाग अंधारानं व्यापलेला आहे. जंगल विषारी आहे. आता अंधारात पुढे जाण्यात अर्थ नाही. इथेच एखाद्या झाडावर आपल्याला रात्र काढायला हवी. पहाटे आपण उठू आणि गावाशी पोचू... मग तिथे कुठे मजुरी करू... काही अंगमोडीचं काम करू... पण आता चोरी... नको. हे असं पळणं पुन: नशिबात न येओ.

त्यानं जवळचं झाड अंधारात चाचपलं. तो झाडावर चढला. बुंधा आणि

फांदीच्या बेचक्यात अलगद बसला. रानातला अंधार त्याला घेरून आला होता. पण डोळ्यांसमोर शेकोटीचा प्रकाश होता. दिवसभराचा असह्य ताण एकदमच सैलावला. त्यानं दोन्ही पायांचा वेढा फांदीला घातला आणि फांदीवर अंग टाकलं.

अशा तऱ्हेनं तो आयुष्यात प्रथमच झोपत होता. आणि अतिश्रम आणि मानसिक ताण यानं तो लगेच झोपेच्या अधीन झाला.

झोपेतही त्याला स्वप्न पडत होतं, की तो रानातून पळतो आहे. त्याच्यामागे माणसं हाकाट्या मारत येत आहेत. जंगलापाशी माणसं थांबली, तशी वाघ, बिबटे आपल्या मागे झेपावताहेत. साप चावा घ्यायला आसुसलेला आहे.

त्या भासानं तो पुन:पुन्हा उठत होता. जंगलातल्या विविध श्वापदांचे आवाज काळोखाच्या भीषणतेला अधिकच भयावह करत होते. दचकून उठल्यानं धडधडणाऱ्या काळजाला आता एकच दिलासा दिला होता, तो त्या शेकोटीचा. आपले झोपाळलेले डोळे तो त्या शेकोटीकडे लावून होता. डोळे जड झाले की पुन: एक डुलकी घेत होता. शेकोटीच्या बाजूला तीन-चार माणसं आहेत, ही बाब तर त्याला आणखीनच धीर देत होती.

हळूहळू अंधाराची काळसर छटा बदलत गेली. काळेपणात निळसर आणि सोनेरी आभाळ मिसळत जात हळूहळू काळोख कमी होत गेला. नरभक्षकांचे भयावह आवाज कमी झाले. आता आभाळात मंजूळ आवाज घिरट्या मारू लागले. त्या रानानं आपलं रूप बदललं. ते प्रसन्न होऊ लागलं. हळूहळू अंधार फिरला. प्रसन्न पहाट अवतरली. तो उत्साहानं खाली उतरला.

आताही त्याचं लक्ष समोरच्या त्या चार आकृत्यांकडेच होतं. त्याला धीर निघेना. तो वेगानं पळू लागला. ते अरण्य संपल्यानंतर बाजूनं वाहत असलेली नदी त्यानं ओलांडली. रात्रभर ज्या शेकोटीनं आणि माणसांनी त्याला जगण्याची उमेद दिली होती, ते ठिकाण आधी त्याला गाठायचं होतं. त्या प्रकाशानं त्याला जीवन दिलं होतं. तो प्रकाश दिसला नसता, तर तो भीतीनं खचून गेला असता. कदाचित त्या भीतीपोटी त्याचं धडधडतं हृदयही थांबलं असतं. ते ऋण त्या माणसांशी जाऊन, त्या प्रकाशापाशी जाऊन मान्यच करायचं होतं.

ते चार ठिपके जवळ येत चालले, तसा तो साशंकतेने पाहू लागला. ते ठिपके स्पष्ट होऊ लागले होते. त्याच्या लक्षात आलं, ती माणसं नाहीत. माणसांच्या आकृतीची झुडपं आहेत.

तो आणखी पुढे आला. त्याला आपल्या फसवणुकीचं हसू आलं. झाडांना आपण माणूस समजलो. पण असो...

आपल्याला त्यातून जीवनाची प्रेरणा तर मिळाली! दोन पावलांवर शेकोटी

आली... तो आता उत्सुकतेनं पुढे आला आणि तो दचकून थबकला.

त्या राखेवर एक कवटी हसत पडली होती. न जळालेली हाडं त्या राखेत चमकत होती.

तो भोवंडून आला.

मृत्यूच्या भीतीनं रात्रभर आपण जीवनाची एक खूण म्हणून त्या शेकोटीकडे पाहत होतो. ती शेकोटी नव्हती तर चिता होती. त्या मृत्यूच्या अंतिम रूपालाच आपण जीवन समजून रात्र काढली. मृत्यूचं भय आपण मृत्यूच्या कुशीत शिरूनच विसरू पाहत होतो.

त्या ज्वाला, तो जीवनप्रकाश इतका भ्रामक ठरावा? आपण त्या नगरातल्या माणसांपासून दूर पळत आलो... जंगलातल्या श्वापदांपासून दूर पळत आलो... पण आता, आता या... ह्या चितेपासून आपण दूर पळू शकणार आहोत का? कुठे ना कुठे आपल्याहीसाठी एक झाड उगवलं असेल. आपल्या मरण्याची ते वाट पाहत असेल...

त्या हसणाऱ्या कवटीकडे तो भयचकित होऊन पाहत राहिला.

◆

९. पालवी

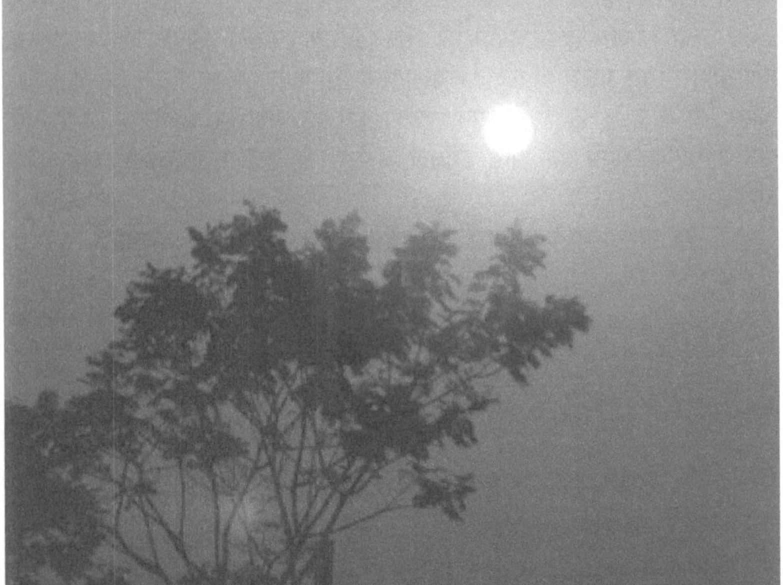

हेमंत घरी आले. दिवसभर आपल्या ऑफिसमध्ये बसून बरेच हिशोब त्यांनी केले होते. काही क्लायंट्सच्या हिशोबाच्या फाइल्स हातावेगळ्या केल्या होत्या. हळूहळू कंटाळा येत कंटाळ्यानं कंटाळा वाढत गेला. रोज हे असंच व्हायचं. वाढतं वय आपला परिणाम दाखवू लागले होते. पंचेचाळिशीपर्यंत कधी कामाचा थकवा वाटला नव्हता. पण आता तो वाटतोय. खरं तर तेच ते काम किती वर्ष करायचं? त्यातही सीएचं काम म्हणजे आकडेमोडीचं काम.

ते घरी आले. बूट काढून टायची गाठ सैल करून

सोफ्यावर विसावले. खरं म्हणजे अगदी अस्ताव्यस्त पडले.

मीना त्यांच्याकडे पाहत होती. त्यांच्याकडे पाहून तिला जांभई येऊ पाहत होती; पण तिनं प्रयासानं ती रोखली. नवरा ऑफिसातून आलाय आणि त्याच्याकडे पाहून आपण जांभई काय द्यायची? त्यांच्या त्या ढिसाळ अवताराकडे पाहून ती मनातच निरसली.

आपण आज किती छान तयार झालो होतो. वाटलं होत, हे काही कौतुक करतील. पण छे, हेच थकून येतात आजकाल. आता यापुढे ह्यांना चहा देऊन थोडं फ्रेश करायचं. मग मनात आलं तरच फिरायला येतील. नाहीतर बसतील टीव्हीच्या चॅनलची बटनं दाबीत.

"चहा आणू?"

"हं..."

मीनाने दोन मिनिटांत चहा तयार केला. चहा बाहेर नेता नेता ती आरशात डोकावलीच. हेमंत आपल्यापेक्षा तीनेक वर्षांनी मोठे. पण स्वत:ला अगदी वय झाल्यासारखे समजताहेत. तिला जाणवून गेले.

"घ्या चहा."

"हं. कंटाळा आलाय." हे वाक्यही त्यांचं नेहमीचं झालं होतं.

"कशाचा कंटाळा येतो?" मीनाने विचारले.

"कशाचा? किती रूटीन झालंय आयुष्य. तेच ते काम गेली अनेक वर्षे करतो आहे. बिझनेस सेटल झाल्याने गावही बदलता येत नाही. बदलीवाल्यांचं बरं असतं. आपल्याला मात्र तेच ते गाव... तेच ते घर..."

"तीच ती बायको... असं म्हणा की!"

"तसं नाही गं. पण वय झालंच की आता." आपल्या कंटाळलेल्या हालचालीतून ते जे व्यक्त करीत होते, ते त्यांनी शब्दांतून व्यक्त करूनच टाकलं.

"आता कुठे एकावन्न वर्षांचे झालात तुम्ही. एकावन्न म्हणजे काही मोठं वय नाही. सरकारी नोकरीतही आता साठीत पेन्शन घेतात अमेरिकेत.."

"ए, ते अमेरिकेचं वगैरे काही सांगू नको. त्यांचं आयुष्य गतिमान असते. राहणी वगैरे."

"अहो, तसं फास्ट लाइफ जगायला तुम्हाला कोण नाही म्हणतोय? पटकन तयार व्हा. आपण बाहेर जाऊ. मस्त पावभाजी नाहीतर चायनीज खाऊ. कंटाळा यायचा म्हटलं तर कुणालाही येऊ शकतो. पण त्यातून बाहेर पडावंच लागतं ना?"

"हे असं ओढूनताणून तरुणपण मला नाही आणता येत."

"ओढूनताणून म्हातारपण आणता येतं" मीना काहीशा रागानंच म्हणाली.

पण मग ती सहानुभूतीनं वार्धक्याची खोळ अंगावर पांघरणाऱ्या आपल्या नवऱ्याकडे पाहत राहिली.

छे! हे असे नव्हते. उत्साहाचं कारंजं कसं उसळत राहायचं. इकडे चल तिकडे चल. ही साडी नेस ती साडी नेस. आज आपण तयार झालो तशा तेव्हा तयार व्हायचो. तर ह्या माणसाच्या ओठून चक्क शिट्टी बाहेर पडायची. आता आपण नवीन साडी नेसलो आहोत, हेदेखील त्यांच्या लक्षात येत नाही.

हेमंतनी टीव्ही लावला. कुठल्यातरी बातम्या ते एकसुरी आवाजाने ऐकू लागले.

"तुम्ही ऑफिसमध्ये चहा वगैरे घेता की नाही?"

"हॉटेलातून मागवतो. चहा कसला तो? नुसतं गोड पाणी."

"मग तुमच्या सेक्रेटरीला का नाही सांगत चहा करायला?"

"कोण तो जाधव? जाधव काय चहा करणार?" मीनाने मनातल्या मनात कपाळाला हात लावला. जाधवसारखा मद्दड चेहऱ्याचा माणूस समोर असल्यावर कंटाळा येणार नाही तर काय होणार? ह्या माणसाला माणसात आणायला हवा.

"तुम्हाला एक सजेस्ट करू का?"

"हं."

"तुम्ही जाधवच्या हवाली इतर काम द्या. एखादी मुलगी सेक्रेटरी म्हणून ठेवा. जातील दोन हजार जास्तीचे. पण तुम्हाला चहा देणे, तुमची केबिन, तुमचं टेबल नीटनेटकं ठेवणं ही कामं तर चांगली होतील. मध्ये मध्ये हवा तेव्हा चहाही तुम्ही तिच्याकडून करून घेऊ शकाल."

"मुलींचा वेळ नुसता नटण्याथटण्यात जात असतो."

"अहो, मीसुद्धा या वयात नटतेच की! असं करा. दोन-तीन महिने ठेवून बघा एखादी सेक्रेटरी. जाहिरात द्या आणि अर्ज मागवा."

"मला तरी लेडी सेक्रेटरीमुळे काही फरक पडेल, असं वाटत नाही. पण तू म्हणतेस तर.."

विषय तिथेच संपला.

हेमंतने सेक्रेटरीसाठी अर्ज मागवले. त्यातच एक चुणचुणीत स्मार्ट वाटणारी बाविशीची मुलगी त्यांनी सेक्रेटरी म्हणून निवडली.

ती पहिल्याच दिवशी कामाला आली आणि ऑफिसमध्ये मीना काही सामान हातात घेऊन दाखल झाली. ती सरळ सेक्रेटरीकडे गेली. केबिनमध्ये एका कोपऱ्यात ती बसली होती. नेहमी तिथे जाधव बसायचा. जाधव कसला? एक पेपरवेटच तो. बथ्थड चेहऱ्याचा. सतत घामाने निथळणारा. आता त्याच कोपऱ्यात

ती सेक्रेटरी बसली होती. परफ्युमचा वास दरवळणारी. तिची लाबंसडक बोटे टाइपरायटरवर नृत्य केल्यागत चालत होती. मीना समाधानाने हसली. ती पुढे आली.

"मी मीना देशमुख. तुझ्या बॉसची पत्नी."

ती सेक्रेटरी पटकन उठली. "ओ मॅम, मी रोहिणी काळे." तिने हात पुढे केला. मीनाने तिचा तो मऊ हात हलकेच दाबला.

"रोहिणी, मी तुला नावाने हाक मारेन."

"हो. मला आवडेल मॅम."

"हे बघ, मी काही सामान आणले आहे. ती चहाची किटली. ह्या चहा साखरेच्या बाटल्या आणि हे दूध. रोज येताना तू दुधाची पिशवी घेऊन यायची."

"यस मॉम."

"सरांना दोनतीनदा चहा लागतो. फार स्ट्राँग नाही. मिडीयम. कमी साखरेचा. तसा चहा त्यांना तू करून द्यायचा."

"इट्स माय प्लेजर मॅम."

"तुला हवा तेव्हा तूही घे."

"हो."

"आणि हा फ्लावरपॉट. सरांकडून पैसे घ्यायचे आणि आठवड्यातून दोनदा बदलायचा. झाडायला मुलगा येतो. त्याच्याकडून डस्टिंग करून घ्यायचं."

"हो." आवडतं काम मिळाल्याने रोहिणी हो म्हणत होती. सर्व सूचना देऊन मीना रोहिणीकडे पाहून हसली.

"रोहिणी, ही रूम आणि तुझे सर अगदी फ्रेश राहायला हवेत. एवढं महत्त्वाचं काम तू सांभाळ. चला, मी जाते घरी. संध्याकाळी भेटू." ती हेमंतकडे पाहत म्हणाली. तिनं हातानंच बाय केलं आणि ती बाहेर पडली. ती गेली त्या दिशेने रोहिणी पाहत राहिली.

"व्हॉट अ पर्सनलिटी सर! किती साधं तरी रुबाबदार व्यक्तिमत्त्व आहे मॅडमचं आणि ह्या वयातही छान मेंटेन केलं आहे." ती न राहवून हेमंतकडे पाहत म्हणाली.

"रोहिणी, मला ते लेटर टाइप करून दे."

"सर.." तिने हातात कागद घेतला आणि ती टाइप करायला लागली. हेमंतच्या मनात मात्र रोहिणीचे शब्द पुन:पुन्हा घुमत रहोते. मीनाची साधी रुबाबदार पर्सनलिटी. तिचं मेंटेन करणे. जणू नव्याने त्यांना मीनाचे हे गुण लक्षात होते. खरंच रोहिणी म्हणतेय ते खरे आहे. पस्तिशीची वाटावी फार तर. त्यांच्या मनानं

कबुली दिली.

"सर, चहा करू? " रोहिणीने विचारले. दोन-तीन तास झालेच होते. चहाची तल्लफ आलीच होती.

"कर तू."

रोहिणीने चहा कपात ओतला. चहाचा गंध केबिनमध्ये दरवळू लागला.

"सर, चहा." तिने दोन कप ट्रेमध्ये आणले. एक कप हेमंतला देऊन तिने हेमंतसमोरची खुर्ची मागे ओढली. "सर, तुमची हरकत नसेल तर चहाला कंपनी देतेय."

"ओ! बाय ऑल मीन्स."

खरंतर रोहिणीचा धीटपणा त्यांना फारसा आवडला नाही. त्यात रोहिणीसारखी सुंदर मुलगी शेफारलेलीच असते. रोहिणी चहा घेत होती.

"सर, चहा कसा झाला आहे?"

हेमंतने रोहिणीला फुल मार्क्स दिले.

"चहा छान झाला आहे. अगदी असाच चहा मीना म्हणजे मिसेस देशमुख करतात." रोहिणी समाधानाने हसली.

"सर, मी लेटर टाइप केलं. जमलं ना?" हेमंत रोहिणीच्या आविर्भावाकडे पाहत होते. ती अगदी सहजपणे बोलत होती. आपण आपल्या बॉससमोर बसलो आहोत, ह्याचं टेन्शन तिला नव्हतं. आपण काम चांगलं केलं, याचा आत्मविश्वास तिला वाटत होता. हेमंतने चहा घेता घेता लेटर हाती घेतलं आणि ते पाहतच राहिले. रोहिणीने ते लेटर उत्कृष्ट रीत्या टाइप केले होते. कुठेही खाडाखोड नाही. सुंदर.

"सर, आपण पेपर जरा चांगला वापरू. म्हणजे ते लेटर अधिक चांगले दिसेल."

"हं. सध्या आपली लेटरहेड्स आहेत तेवढी वापरू. मग पाहू."

तिच्या सूचनेची आपण गंभीर दखल घेतली नाही, हे त्यांना दर्शवायचं नव्हते. पहिल्याच दिवशीही मुलगी आपल्याला सजेशन्स द्यायला लागली की चक्क!

"रोहिणी, काही डिक्टेशन्स घ्यायची आहेत."

"हो सर." ती चटकन पेन घेऊन समोर आली. ते मजकूर सांगत होते आणि ती लिहीत होती. "हिची बोटं किती लांबसडक आहेत." ते मनात उद्गारले. त्या जाधवपुढे आपणही रुक्ष, बथ्थड होऊन जायचो. पण ह्या पोरीत चैतन्य आहे. त्यांच्या मनाने कबुली दिली. सहा वाजले.

"सर, सहा वाजले. चहा करू की, मॅडमच्या हातचा चहा घेणार तुम्ही?"

"नाही. आता चहा नको. मी मीनाच्याच हातचा..." बोलता बोलता ते थांबले. मीनाच्या हातचा चहा घेणार, हे आपण हिला कशाला सांगायचे. पण रोहिणी गोडशी हसली.

"सर, मॅडम वाट पाहत असतील तुमची."

"हो..." ते उठले.

"सर, जस्ट अ मिनिट." तिने आपली पर्स उघडली. एक चपट्या डबीतून पातळसा कागद बाहेर काढला. किंचित ओलसर असलेली कागदाची घडी तिने हेमंतच्या हातात दिली.

"सर, हा यूडी कोलनचा पेपर आहे. चेहऱ्यावर फिरवा. छान फ्रेश वाटेल."

"नाही... नाही... खरंतर मला अशी काही सवय..."

"फ्रेश राहण्यासाठी कशाला हवीय सवय? एकदा वापरून तर बघा. नाही आवडलं तर पुन्हा नका वापरू." रोहिणी अगदी गळच घालत होती.

"बरं, बघू..." त्यांनी तो कागद घेतला. आपल्या चेहऱ्यावरून फिरवला. कागदाचा थंड स्पर्श, मंद गंध, त्यांनी डोळे मिटून घेतले. सगळा थकवा जणू दूर झाला होता. ते मानेवरही कागद फिरवीत होते.

"सर, आवडलं?"

"अं... हो..."

"उद्या मी तुमच्यासाठी असे पेपर नॅपकिन्स आणून देते. आता बेसिनवरही एक यूडी कोलन सोप आणि स्वच्छ नॅपकिन ठेवते. चालेल ना?"

"अं... हो..."

हेमंत घरी आले. ते आत आले आणि मिनूने चक्क शिट्टी वाजवली. तसे त्यांनी तिच्याकडे चमकून पाहिले.

"मिनू, तू शिट्टी वाजवलीस?"

"हो. मी शिट्टी वाजवू नये की काय? नवरा एवढा फ्रेश दिसल्यावर निघाली तोंडून शिट्टी."

"अगं, पण आपलं वय किती, याचा काही विचार..."

"माझं अठ्ठेचाळीस आणि तुमचं बावन्न. अजून फक्त अर्धंच आयुष्य जगलोय आपण. ओ. के.? चहा करू?"

"अगं, ती करणारच होती. पण मीच म्हटलं मीनाच्या हातचा चहा..."

"अय्या खरंच? कशी वाटली सेक्रेटरी?"

"कामाला चांगली आहे गं, पण जरा.."

“जरा काय...?”

“अं, काही नाही गं, तशी टापटिपीची पोरगी आहे.” यूडी कोलनची बात लपवत हेमंत म्हणाले.

मीनानं चहा करून आणला. ती चहा द्यायला जवळ आली.

“अरेच्चा! हा छान वास कसला हो? किती फ्रेश वाटतोय.”

“हं, तो युडी कोलनचा.”

“यूडी कोलन तुम्हाला कुठे मिळालं.”

रोहिणीबद्दल मीनाला सांगावं की नाही, या दोलायमान स्थितीत ते होते. “अगं, एक मित्र भेटला रस्त्यात. त्यानं यूडी कोलनचा स्प्रे माझ्यावर मारला.” त्यांनी खोटं सांगितलं आणि त्या खोटं सांगण्यातलं थ्रिल त्यांच्या लक्षात आले.

“चहा चांगला झालाय ना?”

“मग काय? तिने दोनदा केला, पण तुझ्या हातची चव वेगळीच!” आपण कोलनबाबत खोटं का बोललो, हे हेमंतना कळत नव्हतं. म्हणून कधी नाही ते चहाबद्दल बोललो.

“वा! आज माझ्या चहाचं नशीब खुललं. तुम्ही तारीफ केली.”

हेमंत बाथरूममध्ये गेले. थंड पाण्याचे तोंडावर हबकारे मारले. खूप बरं वाटलं. तोंड पुसल्यावर कोलनचा मंद वास येतच राहिला.

“मीना, खूप दिवसांत आपण फिरायला गेलो नाही. जाऊ या का?”

मीना एका पायावर तयारच होती. शहराच्या बाहेर डोंगरावर त्यांनी कार थांबवली. तिथे वाऱ्याचा धुमाकूळ चालला होता.

“आजकाल हा स्पॉट बराच डेव्हलप झालाय. बघ किती लोक येतात इथे.”

“तुम्ही कधी आला होता इथे?”

“शरद सांगत होता. आज प्रत्यक्ष पाहिलं.” थंडगार वारं चहूबाजूंनी मुलासारखं वेढून जात होतं.

“खूप दिवसांनी एवढे निवान्त बसलो नाही?”

“हो ना! रूटीनमध्ये अडकायला होतं. पण खरंच मीना, ह्या रूटीनमधून बाहेर पडावं वाटतं. खूपदा तेच तेच ते बोलून आता पुढे काय, हा प्रश्न पडतो. तुझ्याशीही काय बोलावं... रागावू नकोस.”

“नाही रागावत. बोला ना?”

“खूपदा तुझ्याशीही काय बोलावं कळत नाही. काय नवीन घडतंय गं आयुष्यात? कोणते वेगळे अनुभव आहेत? कोणत्या वेगळ्या भावना? ह्या चक्रातून बाहेर पडायला हवं. मन प्रसन्न व्हायला हवं.” हेमंत आवेगाने बोलत होते. मीनाने

त्यांच्या हातावर थोपटले.

"तुमच्यासारखी माझीही भावना आहे. मुले शिकायला दूर गेलेली. एकदोन वर्षांत त्यांची लग्ने होतील. आपण म्हणजे पुन्हा मी एकटीच..." तिने अलगद त्यांच्या खांद्यावर डोकं टेकवलं. यू डी कोलनचा गंध दोघांनाही स्पर्शून जात होता.

हेमंत ऑफिसमध्ये आले. आज केबिनमध्ये फ्लॉवरपॉट सजून बसला होता. बाजूलाच निशिगंधाचा बुके डोलत होता.

"गुडमॉर्निंग सर!" रोहिणी पटकन उठत म्हणाली. फिक्या लिंबू कलरची प्लेन साडी, त्यावर स्लीवलेस ब्लाउज... त्या फुलांएवढी तीही फ्रेश वाटत होती. केबिन अगदी नीटनेटकी दिसत होती.

"वा! छान!"

"आवडली सर?"

"अं..."

"फुलं...?"

"खूपच छान." त्या फुलांसारखी तूही दिसतेस, असं त्यांना सांगावंसं वाटलं... आणि सांगितलं तर काय हरकत आहे? आपल्या मुलांपेक्षा ही लहान. पण तो विचार त्यांनी पटकन मनाबाहेर काढला.

"सर, ही फुलं घरच्यासाठी आणलीत हं." तिने निशिगंधाकडे निर्देश करीत म्हटलं." ती रात्री दरवळणारी फुलं ना, म्हणून घरच्यासाठी आणि वास नसलेली ऑफिससाठी... मॅडमना आवडेल ना निशिगंध?"

"थँक्यू रोहिणी!"

"थँक्स कसले त्यात? इट्स माय ड्यूटी सर. हे फुलांचं बिल."

त्यांनी बिल पाहून शंभर रुपये काढून तिच्या हाती दिले.

"सर, चेंज नाही."

"पुढच्या फुलांत अडजस्ट कर. पण मला तुझी पसंती आवडली हं!" ते तिने नेसलेल्या साडीकडे पाहत म्हणाले. ते कळल्यासारखं रोहिणी हसली.

रोहिणी टाइप करत होती. आकडेमोड करता करता त्यांनी वर पाहिले. आकड्यांच्या प्रदेशातून एका वेगळ्या प्रदेशात आल्यासारखं त्यांना वाटलं. टाइप करताना तिचे झुळझुळणारे केस, तिची एकाग्रता...

आपल्याकडे कुणी बघतंय, हे जाणवून तिनं वर पाहिलं. चोरी पकडल्यासारखे ते गोरेमोरे झाले.

"सर, चहा हवाय...?"

“अं, हो. म्हणूनच बघत होतो. पण तू एकाग्र झाली होतीस.”

“पण टायपिंगपेक्षा मला चहा करणं आवडतं हं!” रोहिणी उद्गारली.

“हं, म्हणूनच तुझ्या हातचा चहा एवढा चांगला होतो.”

ती आत गेली. नेहमीसारखे दोन कप घेऊन आली.

“सर, मी कंपनी देतेय हं... मला चहा आवडतो.”

‘मलाही तुझी कंपनी आवडते.’ हे शब्द त्यांनी मनातच म्हटले. त्यांनी तिच्या बोटांकडे पाहिले. ह्या लांबसडक बोटांना नेलपॉलिश छान दिसेल, त्यांना जाणवून गेलं.

“चला, लागूया पुन्हा कामाला.” चहा पिऊन ते उत्साहाने म्हणाले. नंतर आपल्याच उत्साहाचे त्यांना आश्चर्य वाटले. एवढे उत्साही आपण कधीपासून झालो? त्यांचा दिवस रोहिणीच्या संगतीमुळे सुगंधी होत होता. तिच्याकडे पाहून त्यांना चैतन्य वाटत होतं.

सहा वाजले.

“सर, सहा वाजले.”

“हो, निघूया.”

“सर, यूडी कोलन.’

“हो, हवं.”

तिने पेपर नॅपकीन काढून दिला.

“सर, ही फुलं घेऊन जा हं...”

“हो, विसरलोच.” म्हणत त्यांनी निशिगंधांचा बुके उचलला. त्यांची कार घराकडे धावत होती. पण पण मनापुढे प्लेन लिंबूकलर तरळत होता. ती लांबसडक बोटं..

स्वत:च्या नकळत त्यांनी गाडी मार्केटमध्ये पार्क केली. साड्यांच्या दुकानात ते गेले. ठामपणे प्लेन लिंबू कलरचीच साडी त्यांनी मागितली. साडी घेऊन ते जनरल स्टोअरमध्ये गेले.

“काहो, आज उशीर झाला यायला?”

“बाईसाहेब, तुमच्यासाठी साडी आणलीय.”

“साडी? आज काय विशेष?”

“काही विशेष असल्यावरच साडी द्यावी, असं थोडंच आहे?”

मीनाने साडी बाहेर काढली.

“वा, प्लेन यलो! मस्त! पण माझ्या रंगाला खुलेल ना? नाही खुलली तरी नेसेन मी. एवढ्या आवडीने आणली तुम्ही आणि आज निशिगंधही आणला

तुम्ही.''

"मार्केटमध्ये दिसला, घेऊन आलो. म्हटलं, आमच्या राणीसाहेबांना आवडतो.''

"आज आमचं प्रमोशन झालं. अगदी राणीसाहेब वगैरे...''

"आहेसच तू...'' त्यांनी तिला जवळ घेतलं आणि आवेगानं मिठी घट्ट केली. "आय लव्ह यू.'' कितीतरी दिवसांनी मीनाच्या कानात ते पुटपुटले. मीनाही हेमंतच्या छातीवर डोकं ठेवून विसावली. एवढं उत्कट होऊन 'आय लव्ह यू' हे हेमंतच्या ओठाचे शब्द तिने कितीतरी वर्षांनी ऐकले.

"आपण फिरायला जायचं? कालच्याच स्पॉटवर.'' हेमंतनी विचारले.

"हो, जाऊ या. मी ही साडी नेसू?''

"अगं ते मॅचिंग ब्लाउज वगैरे?''

"ह्या साडीवर काळं ब्लाउज छान दिसेल की!''

"अं, वाटेल चांगलं. पण आज नकोच नेसूस. चांगलं मॅचिंग घेऊन ये आणि जमलं तर स्लीवलेस शीव. छान दिसतं.'' ते बोलून गेले.

"तुम्ही कुणाचं पाहिलं?''

"ही साडी घेताना तुझ्याच वयाची बाई पाहिली. चांगली लठ्ठमठ्ठ होती. तरी स्लीवलेस घातला होता. मला तू आठवलीस. तू तर शेलाटी आहेस. तुला छानच दिसेल.'' हेमंतनी रोहिणीचं नाव ओठांबाहेर येऊ दिले नाही. मीनाला हसू आलं. ती साडी बदलायला आत गेली.

आपल्या पँटच्या खिशातलं फिकट गुलाबी नेलपेंट हेमंतनी हळूच आपल्या ब्रिफकेसमध्ये ठेवून दिलं.

रोहिणी टाइप करत होती. हेमंतचं लक्ष सारखं तिच्याकडे जात होतं. आपण तिच्यासाठी नेलपेंट आणलं आहे, ते तिला द्यावं का? त्यांची हिंमत होत नव्हती. तिला राग तर येणार नाही ना? तिचा गैरसमज तर....

आपल्या मुलांपेक्षा एखाद् दोन वर्षांनी लहान असेल ती. पण ही आल्यापासून आपल्या चित्तवृत्तीत फरक पडला, हे निश्चित. हिच्यामुळे आपण ऑफिसमध्येच नाही,तर घरीही फ्रेश असतो. आपल्याला तिच्याबद्दल काही वेगळं आकर्षण वाटते का? आजवरचं त्यांचं साधंसुधं मन त्यांनाच प्रश्न विचारीत होतं. प्रश्नानं ते कावरेबावरे होत होते. मग गणिताचं उत्तर ताळ्यानं सोडवावे, तसे ते मीनाच्या विचारापाशी येत होते.

आपण मीनावर प्रेम करतो का? 'हो'

आपण मीनावर काही अन्याय करतो का? 'नाही.'

उलट, ह्या दिवसात मीनाचं आपल्याला अधिक आकर्षण वाटते. रोहिणीचं अस्तित्व आपल्याला आवडते, एवढंच काय ते आहे...

पण ह्या अस्तित्वातून आपल्याला प्रसन्न का वाटावे? ताळ्यातून उत्तर शोधता शोधता पुन्हा ताळेबंद जमत नव्हता.

शेवटी सर्व विचार बाजूला ठेवून ते रोहिणीजवळ आले. काहीसं संकोचत त्यांनी हातातली नेलपेंट तिच्यासमोर ठेवली.

''रोहिणी, हे मी तुझ्यासाठी आणले आहे.'' रोहिणीने नेलपेंटकडे पाहिले आणि तिचे डोळे आनंदाने लुकलुकले. ''वॉव! किती छान आहे कलर. थँक्यू सो मच सर!''

आपण उगीचच घाबरत होतो. पोरीने तर उडी मारून गिफ्ट स्वीकारलं. तिला काही रागबीग नाही आला. मग आणखी धाडस करून ते म्हणाले, ''रोहिणी, तुझी बोटे छान आहेत. लांबसडक. त्यांच्यावर नेलपेंट खुलेल.''

''थँक्यू सर! माझी बोटं चांगली आहेत, हे मला प्रथम कळतंय.'' ती म्हणाली. नुसती बोटेच नाही तर तूसुद्धा चांगली आहेस, असं हेमंतना सांगावं वाटलं; पण ते आपल्या चेअरवर बसले. हातातलं काम सोडून रोहिणीनं नखांवर नेलपेंट लावलं. फुंकर मारून ते सुकवलं.

फुंकर मारताना जुळवलेले तिचे ओठ पाहून तिने लिपस्टिक लावलंय, हे त्यांच्या लक्षात आले. आज भारीतलं लिपस्टिक मीनासाठीही घ्यायचं, त्यांनी ठरवलं.

काहीशा विचित्र जाणिवेने हेमंत अस्वस्थ होत होते. आपण मीनाबरोबर पुन्हा खुलतो आहोत, पुन्हा तिचं आकर्षण वाटतं आहे. तिच्याबरोबर फिरावं, बोलावं, असं आपल्याला वाटतंय असं तर नाही ना, की हे सर्व आपल्याला रोहिणीबरोबर करावं वाटतं? त्या विचारांनी हेमंत केवढ्यांदा दचकले.

शेवटी मीना ती मीनाच. कुणीही स्त्री मीनाची जागा घेऊ शकत नाही. आजवरच्या सुखदुःखातली ती वाटेकरी आहे. आपल्या यशापयशाचे आलेखही तिनेही चढउतार केले आहेत. आणि असा विचार आपण केला तरी कसा? हा विचार एखाद्या चोरासारखा आपल्या मनात आला नाही ना? जर तसं असेल, तर आपण त्या विचारांना सामोरे जायला हवे.

हो, सामोरं गेलंच पाहिजे.

ते रोहिणीजवळ आले. ''रोहिणी उद्या रविवार आहे. तुझा काय प्रोग्रॅम आहे?''

“काही नाही सर. रविवार म्हणजे धमाल. संध्याकाळी मित्रमैत्रिणी गोळा करायच्या आणि बसायचं कुठेतरी जाऊन.”

“रोहिणी, उद्या तुझी संध्याकाळ माझ्याबरोबर घालवशील? आपण एखाद्या हॉटेलमध्ये जाऊ.”

“अं, हॉटेलमध्ये...? कोणत्या?”

“कॉफी हाऊसमध्ये जाऊ या.” रोहिणीचा चेहरा सैलावला.

“चालेल सर, किती वाजता?”

“सहा वाजता.”

“येईन सर मी.”

“आणि हो रोहिणी, तुझ्याकडे हिरव्या रंगाची बॉर्डरची साडी आहे ना?”

“अं, माझ्या आईकडे आहे.”

“हं, मग ती साडी नेसून ये.”

“बरं..!”

“सांगितलं तर रागावणार नाहीस ना?”

“काय?”

“केसांना बांधून ये आणि एका बाजूने गजरा.”

“बरं.” पुन्हा ती सैलावत म्हणाली.

“आणि टिकली थोडी मोठी मरून कलरची.”

“हो सर.”

आपण हे रोहिणीला का सांगितलं, हे मात्र त्यांना कळेना.

दुसऱ्या दिवशीची संध्याकाळ. हेमंत वाटच पाहत होते. पाच वाजल्यापासून ते बैचेन होते. काही उत्तरं त्यांना हवी होती. काही नकोही. आपल्या मनाचा वेध मात्र त्यांना निश्चित घ्यायचा होता. सव्वा पाच वाजले. आता मात्र त्यांना घरात राहवेना.

“मीना, मी जरा बाहेर जाऊन येतो.” मीनाने घड्याळात नजर टाकली.

“सव्वापाच वाजताहेत.”

“हो. आज एक अपॉइटमेंट आहे. का गं?”

“मला वाटलं, आज आपण फिरायला...?”

“आज नको. आज महत्त्वाचं काम आहे.”

बाहेर पडताना हेमंतनी न चुकता कोलन लावलं. मीना घाईनं बाहेर पडणाऱ्या हेमंतकडे पाहत राहिली. दार लावल्यावर तिच्या ओठांवर एक स्मितरेषा उमटली. ती घाईने बेडरूममध्ये गेली.

हेमंत कॉफी हाऊससमोर उभे होते. त्यांनी घड्याळात पाहिले. पावणेसहा, छे... फारच लवकर आलो आपण... अजून पंधरा मिनिटे... त्यांनी वेटरला टेबल रिजर्व करायला सांगितले आणि मेसेज ठेवून ते बाहेर आले. अस्वस्थ झाल्यावर ते सिगरेट ओढायचे. ते बाजूच्या पानवाल्याच्या ठेल्याकडे गेले. त्यांनी सिगरेट घेतली. ती संपल्यानंतर दुसरी घेतली... रोहिणी आली तर? ती येणारच. पण आपण काय करायचं. आपण तिला इथे का बोलावले? बोलावून चूक तर केली नाही ना? आपल्या मनात डोकवायचं त्यांना नकोसं वाटलं. जे होईल ते अनुभवायचं त्यांनी ठरवलं.

त्यांनी घड्याळात पाहिलं सहा वाजलेले. ते हॉटेलकडे वळले. रिझर्व केलेल्या टेबलकडे नजर टाकली, आणि एक गरम झोत अंगभर पसरला. रोहिणी आलेली दिसत होती. हिरवी साडी, बांधलेले केस, केसांवर एक छानसा गजरा...

जायचं की नाही? परत जायचं का? ते रोहिणीला आलेले पाहून नर्वस झाले होते. अखेर धीर करून ते पुढे झाले.

''रोहिणी!'' टेबलाजवळ येताच त्यांनी हाक मारली.

आणि ते दचकलेच. पाहतच राहिले. ती मीना होती.

''मीना तू..?''

''का? तुम्ही रोहिणीची वाट पाहत होता ना?''

''नाही म्हणजे...'' त्यांना बोलताच येईना. चेहरा पांढराफटक पडला. पण मीनानं दिलखुलास हसत त्यांचा हात धरला. ''बसा तर खरं.'' तिने त्यांना ओढत म्हटले. हेमंत बसले. त्यांनी घाम टिपला.

''मीना, ही साडी... हा गजरा.''

''तुम्ही रोहिणीकडून एक्सपेक्ट करीत होता ना?''

''हो.'' त्यांनी कबुली दिली. लपवण्यासारखं काहीच नव्हतं. मीनाला सर्व काही माहीत आहे, हे अगदी स्पष्टच होतं. पण ... हे घडलं कसं? मीना मात्र हसत होती. त्यांच्या डोळ्यांत पाहत ती म्हणाली, ''तुम्ही रोहिणीला नाही, मलाच एक्सपेक्ट करीत होता.''

मीनाने त्यांचा हात पकडला. त्या हातावर हात फिरवीत ती म्हणाली, ''तुम्हाला आठवते ती आपली तीस वर्षांपूर्वीची भेट? तुम्ही मलाच सूचना दिल्या होत्या. प्रथम भेटायला बोलावलं होतं तेच हे हॉटेल. त्या वेळी अगदी लहान होते.''

हेमंत भूतकाळात डोकावले.

''त्या वेळी मी हिरव्या रंगाची साडी नेसलेली होती. जरीच्या बॉर्डरची.

केसांचा अंबाडा बांधून त्यावर गजरा माळला होता. आठवतं?''

ते दार फटकन उघडलं.

हिरव्या साडीतली सतरा-अठराची मीना त्यांच्या डोळ्यांसमोर उभी राहिली. ते भूतकाळात हरवले.

''आठवलं ना? तुम्ही बोलावलं रोहिणीला. पण तुम्हाला मलाच भेटायचं होतं त्याच रूपात.'' मीनाचे डोळे पाणावले.

''मला माफ कर मीना. मी क्षणिक मोहात पडलो होतो. खरं म्हणजे आपण चूक करतोय, हे मला जाणवत होतं.''

''ते तुमच्या चेहऱ्यावर मी आधीच पाहिलं होतं. तुम्ही बाहेर पडलात आणि तुमच्या पाठोपाठ मी तयार होऊन निघाले. त्या जनरल स्टोअर्सकडून मी पाहत होते. तुमच्या चेहऱ्यावर प्रचंड गोंधळ माजला होता. एका मुलीला भेटायला बोलावले, याचा आनंद तुमच्या चेहऱ्यावर कुठेच दिसत नव्हता. खरे तर जमलं असतं, तर मागल्या पावली परतला असता तर.''

''बरोबर आहे. तोच विचार मी करीत होतो.''

''तुम्ही सिगरेट घ्यायला गेलात आणि मी येथे येऊन बसले.''

''अरेच्चा! पण मी रोहिणीला भेटायला ह्याच वेषात बोलावले, हे तुला कसे कळले?''

''आता तुम्हाला सर्व गंमत सांगते. ही रोहिणी माझ्या जवळच्या मैत्रिणीची मुलगी. मला मावशी आणि तुम्हाला काका म्हणणारी.''

''काय....?'' हेमंतला धक्काच बसला.

''होय. तिला मी मुद्दामच ऑफिसमध्ये सेक्रेटरी म्हणून जॉइन हो म्हणून सांगितलं. तुम्ही कंटाळला होता. तोचतोचपणा तुम्हाला नकोसा झाला होता. म्हणून टेबलावरच्या फ्लॉवरपॉटसारखी सेक्रेटरी तुम्हाला दिली.''

हेमंतना आश्चर्याचे धक्केच बसत होते.

''त्या सुगंधी फुलाकडे तुम्ही आकर्षित झालात. अहं... असे संकोचू नका. तो स्वभावधर्मच आहे. मनाची पेंगुळल्यासारखी अवस्था होती, ती दूर झाली. मीच तिला सर्व सूचना दिल्या होत्या.''

''तू...?''

''मग? एखाद्या सेक्रेटरीच्या हवाली नवऱ्याला करायला मी खुळी नाही. रोहिणीला मी मुद्दामच यू डी कोलनचे नॅपकिन्स दिले. फुले आणायला लावली. माझ्या खेळात तुम्ही आपोआपच ओढले जात होता. पण तुम्हाला माझा विसर होत नव्हता. तिला बघून तुम्ही कंटाळा विसरत होता आणि माझ्याशी उत्साहाने वागत

होता. आपण किती वर्षांनी फिरायला गेलो. तुम्ही बहरत होता; पण तो बहर माझ्यासाठी होता.

''आणि समज, काही उलटं घडलं असतं तर?''

तिने त्यांचा हात गच्च पकडला.

''तेवढा विश्वास होता म्हणून रोहिणीला सेक्रेटरी निवडली. मला विझलेल्या मनात ठिणगी पेटवायची होती. आता ह्या रसरसलेल्या वृत्ती फक्त माझ्यासाठी!''

तिने त्यांच्या गालाला हात लावत म्हटले, ''आता पुन्हा तो कंटाळा शब्द नाही काढायचा.''

''हो. आपलं दोघांचं अस्तित्व एकमेकांसाठीच!''

आणि एवढ्यात बाजूची खुर्ची कोणीतरी फर्रकन ओढली. दोघांनी चमकून पाहिले. ती रोहिणी होती. लिंबू कलरची साडी नेसून ''हॅलो अंकल, हाय मावशी!''

क्षणभर ते संकोचले, पण तो संकोचही दूर पळाला.

''अंकल, हे पहा तुम्ही दिलेलं नेलपेंट!'' तिने आपली बोटे पुढे केली.

''वा मस्तच! आता आमच्या ह्या पोरीला नवीन नवीन गिफ्ट द्याव्या लागणार! पण तू जॉब सोडायचा नाही हं!''

''ओ, थँक्यू अंकल! पण आता तुमचं प्रायव्हेट आणि सेंटीमेंटल बोलणं झालं असेल, तर मी तुम्हाला आठवण करून देते, की तुम्ही मला या हॉटेलमध्ये बोलावलं होतं आणि मला जाम भूक लागलीय. त्यातही मला चायनीज आवडते. तुला गं मावशी?''

''मला ना... मला तूच आवडतेस...'' मीना उत्तरली. आणि हॉटेलचा तो लहानसा कोपरा प्रसन्न हास्याने भरून गेला.

◆

१०. सोबत

हरी उठला. त्यानं डोळे उघडले आणि त्याला डोक्यात जडपणा जाणवून गेला. तो वाकळीवर उठून बसला. बसल्यावर तो जडपणा अधिकच वाढला. ह्या क्षणी चहा पोटात गेला तर आपल्याला बरं वाटेल, असं त्याला जाणवून गेलं.

''पार्वती, चहा टाक.'' त्यानं जड स्वरातच म्हटलं.

पण त्याच्या शब्दांना कोठलाच प्रतिसाद आला नाही.

''आधी तोंड तं खंगाळून घ्या. तसल्याच तोंडानं च्या पिनार व्हय?'' असे तरी पार्वतीचे शब्द ऐकायला यायला हवे होते.

“पार्वतीऽऽ” त्यानं खोलीत इकडेतिकडे पाहत म्हटलं. खोलीत पार्वती नव्हती.

“संडासला गेली जणू...” तो पुटपुटला. पण खोलीत काहीतरी वेगळं आपण पाहिलं, हे त्याला जाणवून गेलं.

त्यानं पुन: दचकून खोलीकडे पाहिलं. खोलीत त्याची दृष्टी फिरली आणि तो ताडकन उठला. खोलीतल्या दोरीवर पार्वतीचा एकही कपडा नव्हता. तो बाजेखाली वाकला. बाजेखाली पार्वतीची संदूकही नव्हती.

त्याच्या डोक्यात सणक उठली. त्या सणकेनं त्याचा जडपणा निघून गेला.

तो उठला. त्यानं मधे असलेलं जर्मनचं पातेलं लाथेनं बाजूला केलं.

“कुठं गेली ही बया?” तो उगाचच बाहेर आला. झोपडीबाहेर रोजच्यासारखी झाडझूड केलेली दिसत नव्हती. पार्वती असली की हातभर अंगण झाडून सारवून नेटकं करते. पण आज अंगण पारोसं पडलं होतं.

हरी आत येऊन बाजेवर बसला. त्यानं डोकं दोन्ही हातांत धरलं. आता डोक्याचं जडपण कमी झालं आणि डोक्यात हुरहुर दाटून येऊ लागली. काल जरा चुकलंच आपलं. तो मनातल्या मनात आबातोबा करू लागला. आपण रात्री पिऊन आलो आणि पार्वतीला मारलं, एवढं त्याला आठवत होतं. फारसे तपशील त्याला आठवत नव्हते. पण नंतर पार्वतीची बडबड चालू होती. उठून आणखी दोन लगवाव्या असं तेव्हा त्याला वाटून गेलं होतं. पण नंतर नशेपायी तो उठूच शकला नव्हता.

आता मात्र त्याला आपलं चुकलं, हे जाणवून गेलं. आपलं हे नेहमीचं दारू पिणं, पार्वतीला मारणं... दिवसभर ती पण कामं करून दमून येते. वर आपला त्रास सहन करते. तो स्वत:शीच विचार करत होता.

“पण काय झालं मार खाल्ला तर? बाईमाणसाच्या जातीला मार खावाच लागतो. लगे घर सोडून जावं की काय तिनं!”

“साली बायकांची जातच असली उठवळ.” त्यानं पार्वतीचा राग सर्व बायकांच्या जातीवर काढला. नाहीतरी त्याचा राग होताच बाईच्या जातीवर. त्याच्या आयुष्यात एकही बाई घरात टिकली नव्हती.

आता बसल्या बसल्या हरीला आपलं बालपण आठवू लागलं.

आठवणींच्या दूरवरच्या अंधूक प्रदेशात त्याला त्याच्या वडिलांची मूर्ती आठवत नव्हती. वडील तो लहान असतानाच वारले होते.

कितीदा तरी कातरवेळी त्याची आई शून्यात बघत बसायची. डोळ्यांतून टिपं काढायची.

"माय, बाबा कसे गेल्ये गं?" अशा प्रत्येक वेळी तो आपल्या आईला विचारायचा. आईच्या डोळ्यांपुढेही तो क्षण साकारायचा.

"चांगला धडधाकट गडी व्हता बग... सांजच्याला घरी परतायची लई घाई करायचा. मधी रेल्वे लाईन असायची. त्या दिशी गेट बंद होती बग. जरा वाट पाह्यची. गाडीची शिट्टी बी ऐकू आली न्हाई त्येन्ला. तशीच सायकिल रुळावर घातली. अन् गाडीनं ठोकरलं. कितीबी धडधाकट मानूस असलं, तरी ते गाडीच्या म्होरं टिकतं व्हय? पोटावरून गाडी गेली. दोन भाग झाले बग अंगाचे.. पाच मिनिटं जित्ते व्हते. पानी पानी करत व्हते. मला कळालं... मांडीवरच्या तुला जमिनीवर टाकून धावत गेले. ग्येले तं फक्त जीव डोळ्यांत उरला व्हता... माज्याकाडं पाह्यलं... अन् प्राण गेला. डोळे बी मिटले न्हाईत..." माय सांगता सांगता रडायची. तिला एकटेपण जड जात होतं.

दिवसभर काम करायचं. पोराला सांभाळायचं, दुःख सांभाळायचं. रात्री तरुण देहाला सांभाळायचं. हळूहळू मायेच्या डोळ्यांतलं दुःख पुसलं गेलं. डोळ्यांत हसरा अवखळपणा जागू लागला.

माय काम करायची. तिथला मुकादम घरी येऊ लागला. तो आला की नेमकी घरातली एखादी वस्तू संपायची.

माय मग हरीला दुकानात दामटायची. पैसे मुठीत घेऊन हरी दुकानात जायचा. अशा वेळी बाजूची लोकं हसायची.

"काय हरी, दुकानात वाटतं?" लोकांचे विचारणं साधं नसायचं. पण काय तेही हरीला कळायचं नाही.

पुढे पुढे मुकादमाचं आणि आईचं भांडण व्हायला लागलं.

भांडणाचं कारण होतं लग्न आणि हरी. मुकादम लग्नाला तयार होता; पण हरीला सांभाळायला तयार नव्हता.

ती भांडणं ऐकता ऐकता लहानगा हरी घाबरा व्हायचा.

आपली आई आपल्याला सोडून तं जाणार नाही?

मुकादम गेला की तो आईला विचारायचा, "माय, मला सोडून न्हाई ना जानार?.. मला लई घाबरं होतं बग..."

आई त्याला जवळ ओढून घ्यायची.

"न्हाई बाळा, इवल्याशा जिवाला कुठं टाकून जाऊ?"

पण आईची तगमग कमी होत नव्हती. ऐन तरुण वय तिला धारेला ओढून नेत होतं. हरीच्या पाटीपेन्सील हाती घ्यायच्या वयात हातात घमेलं आलं. लहानगा हरी कामाला लागला. त्यांच्या आयुष्याचा साचा आता ठरून गेला.

मुकादमाचं घरी येणं चालूच होतं.

काही वर्षं उलटली.

इवलासा जीव आता आपल्या पायांवर उभा होता.

आपलं आपण कमवून आणत होता. ओठांवर बारीक लव फुटू लागली. आता मात्र आईचा धीर सुटला. हरीचं बाळपण तिनं कसंबसं पार पाडलं. आता येणाऱ्या तारुण्याच्या हवाली करून ती एका रात्री निघून गेली. मुकादमानं कुठेतरी दुसऱ्या गावाला काम धरलं असावं. आई पुन: त्या गावात दिसली नाही.

अगदी अशीच सकाळ तेव्हा उगवली होती. आपण उठलो.

''माय च्या..'' गोधडीवर लोळत आपण म्हटलं.

पण मायचा हुंकार माही. त्यानं पाहिलं. रात्रीची चूल तशीच राख पडून होती. तरी लहानग्या हरीला संशय आला नाही.

साऱ्या झोपडपट्टीत तो आपल्या आईला शोधत फिरला.

''हरी, तुझी आई आज ना उद्या जानारच व्हती बग. आता एकट्यानं राहायची सवय कर..'' वेगळ्या वेगळ्या शब्दांत ह्याच अर्थाचं प्रत्येकजण बोलत होता.

''तिची लक्षणं काही बरी नव्हती.'' कुणी म्हणालं.

''एवढंसं पोर असताना दुसऱ्या मानसाला उरावर...'' हरीला ते ऐकवत नव्हतं.

त्याला बापाची आठवण काढून आईचं रडणं आठवायचं. आपल्याला जवळ घेणं आठवायचं. आई वाईट कशी असेल?

शेवटी रात्रीची रुक्मीकाकू झोपडीत आली.

''पोरा, तुझ्यासाठी भाकरतुकडा आनला हाय.''

हरीला वाईटही वाटत होतं. भूकही लागली होती. त्यानं भाकर खाल्ली.

''माय लई वाईट हाय..'' जेवण झाल्यावर तो पहिलं वाक्य बोलला.

''असं बोलू न्हाय पोरा. ह्ये वय वाईट असतं. बाईमानसाला टोचून टोचून जीव नकुसा करतेत बग समदे. मग आधार पाह्यजे वाटतो. तुज्या मायनं तो आधार शोधला. सारं आयुष्य काढायचं व्हतं तिला. काय करनार? सारीच मजबुरी व्हती. शरीरकून लोकाकून यील... ती कधी तं यील परत. तुझी सय आल्यावाचून ऱ्हाईल? आरं, सुखासुखी का गेली ती? पोटच्या गोळ्याला हिथं सोडून तिलाबी घास जायचा न्हाई. लई दिस कळ काढली तिनं... पन... आता तू येकटा हाय. तू मोठा झाला बग... आता माय माय म्हनत रडायचं न्हाई. मी हाय ना! दोन-चार वर्सानं तुझ्यासाठी बायकु आनते बघ...''

"बायकु आनशील?"

"व्हय."

"बरी सोबत व्हईल."

रुक्मीबाईला हसू आलं.

"व्हय व्हय. बायकू सोबतीसाठीच असते."

पुढे आईचं काय झालं ते हरीला कधी कळालं नाही. आपल्यासाठी खस्ता खाणारी, आपल्यात जीव गुंतवणारी आई अशी एकदम आयुष्यातून निघून जाऊ शकते, हे कितीतरी दिवस त्याला खरं वाटत नव्हतं. त्याची भाबडी आशा अंधारात सावल्यांकडे पाहायची. आई कुठूनतरी हळूच डोकावून आपल्याकडे पाहत असेल, असं वाटायचं. पण मुकादमाच्या कठोरपणाचाही त्यानं अनुभव घेतला होता. तो माणूस तिला आधीचे पाश जपू देणार नाही, हे हळूहळू त्याला कळत गेलं. सुखामागे धावत गेलेल्या आईची स्मृती आपोआपच अंधूक झाली. एकटेपण अंगवळणी पडलं. त्याचं मिसरूड गडद झालं आणि रुक्मीनं आपला शब्द पाळला. तिनं पोरसवदा पारूला त्याच्या झोपडीत मुंडावळ्या बांधून आणलं. आईचा कटू अनुभव जोडीला होता. ती कटुता बरोबर घेऊनच त्याचा आणि पार्वतीचा संसार सुरू झाला.

आत्ताही हे सर्व आठवून हरी चुळबुळला. त्यानं हाताच्या बुक्क्या बाजेवर मारल्या.

"सालं, चुकलंच आपलं. पारूशी कधी गोड बोललोच नाही. तिची सोबत हवी होती. पण आईचा राग तिच्यावर निघत होता. पार्वती अठरा वर्षांची नव्हती तं पोटुशी राहिली. कुसूमचा जलम झाला."

कुस्मीची आठवण येताच एक कचकचीत शिवी हरीनं दिली.

पंधरा वर्षांची पोर. त्या पोरीला आपण एवढा लळा लावला आणि एक दिवस कुणाचा हात धरून निघून गेली पंधराव्या वर्षी!

बायकांची जातच असली पळपुटी. पोरगी घरातून नाहीशी झाली. पारू रडरड रडली. सारा दोष ती आपल्याला देत होती. आपलं दारू पिणं, घरी पिऊन शिव्या, मारहाण हे पाहून पोर झोपडीत रमली नाही, असं पारू म्हणत होती.

असेल, मारलं असेल, शिव्या दिल्या असतील; पण ते सगळं नशेत होतं ना? नशेत माणूस माणूस राहत नाही, हे कळत नाही ह्यांना? कुस्मीला?

त्यानं पुन: स्वत:वर चिडून बाजेच्या चौकटीवर एक बुक्की मारली.

पंधरा वर्षांची कुस्मी. तिनं का समजून घ्यायचं आपल्याला? आपला धिंगाणा रोजचाच. कंटाळली असेल, कुणी भेटला असेल भूलभुलैय्या करणारा.

गेली त्याच्याबरोबर. रात्री अर्धवट नशेत कुस्मीची आठवण यायची. आईसारखीच तीही अंधारातून कुठून तरी आपल्याकडे पाहत असेल, असं वाटत राहायचं.

"पारू... बघ तिथं त्या झाडाखाल्ती कुस्मी आहे... बघ पोर लपलीया."

पारू गप्प बसायची.

तिचं गप्प बसणं पाहून हरीला संशय यायचा. हिनं तं नाही पोरीला फूस लावून दिली?

पण कित्तीदा घरी यावं तर पावसाचे शिंतोडे आल्यावर जमीन दिसावी तसा पारूचा चेहरा दिसायचा. पारू पोरीच्या आठवणीनं रडली असावी बहुधा. मनातला संशय दूर व्हायचा.

हरीनं सुस्कारा सोडला. दारात काही हालचाल जाणवली. त्यानं दाराकडे पाहिलं. दारात मोती आला होता. ते इवलंसं कुत्र्याचं पिल्लू. काळंभोर. पारूनं ह्या काही दिवसांत त्याला लळा लावला होता. त्याला चार घास ती खाऊ घालायची. एका फुटक्या बशीत त्याला पाणी द्यायची. ते पिल्लूही पारूच्या कामावरून येण्याची वाट पाहायचं. ती आली की कुई कुई करत आनंद व्यक्त करायचं. रात्रभर झोपडीच्या दाराशी झोपायचं. आता ते आशेनं दाराशी आलं होतं.

"हाडेऽऽहाड..." हरीनं त्याला हाकललं. पिल्लू बिचकून बाहेर गेलं. दाराबाहेर इवल्याशा अंगाचं वेटोळं घालून बसलं. आपल्या पुढच्या दोन पायांवर आपलं डोकं टेकवलं आणि दीनवाण्या मुद्रेनं ते हरीकडे पाहत राहिलं.

हरी उठला. त्यानं तोंड खंगाळलं. तो झोपडीबाहेर आला. रुक्मीमावशीची सून अंगणातल्या चुलीवर भाकरी थापत होती. रूक्मीमावशी दारात वाकळ टाकून पडली होती. तिचे कापूस पांढरे केस वाऱ्यावर भुरभुरत होते.

"मावशी..."

रुक्मीमावशी कष्टानं उठली.

सुरकुत्यांमुळे तिचा मूळ चेहरा आता झाकला होता.

"गेली पारू?" रुक्मीमावशीनं विचारलं.

"तुला सांगून गेली जणू!"

"नाही बाबा. रातीचा धिंगाणा काय कमी झाला? सकाळपास्नं अंगण पारोसं आहे. तवाच कमळी म्हनली, पारूवहिनी काही दिसत न्हाई."

"बायकांची जातच असली उठवळ."

"आपण पिऊन यायचं. जीव जाईस्तो मारायचं आन बाईला उठवळ म्हनायचं? तिनं तरी किती सोसावं अन् कामुन सोसावं? आपल्या आईचा राग तू तिच्यावर काढला. तुला कितीदा सांगायचे... एका मापानं मानसाला मोजायला काय गहू-

जवारी हाय? तुझी आई येगळी, तिची परिस्थिती येगळी. आपल्या मानसाला आपनच जपावं लागतं.''

''पन तिला जरा सोसायला काय झालं?''

''काय काय सोसावं तिनं? पोर घरातून निगून गेली. तुझा रोजचा धिंगाणा. तिनं खूप सोसलं.''

''म्हंजी सगळं माजंच चुकलं म्हन की...''

''आता तूच इच्च्यार कर कुनाचं काय चुकलं. डोक्यावरून पानी गेलं का मानूस अंग झाडून उठतंच. नाकातोंडात पानी जायची वाट न्हाई पहात.''

रुक्मीमावशीचं पटत होतं. पण पटलं,''आपलं चुकलं'', म्हणणं जिवावर आलं होतं.

''आता कुठं गेली असंल ही?''

''काय सांगावं? तीन भाऊ तीन गावांना. कुठं ना कुठं भावाकडंचं गेली असंल.''

आता पुढे काय? जेवणाचं कसं व्हायचं?

''रुक्मीणीमावशी, सुनेला सांगून माझ्या दोन भाकऱ्या टाकायला सांग. मी पीठ पाठवून देतो. कालवन मी घीन करून.'' त्यानं अजीजीनं रुक्मीणीमावशीला म्हटलं. आपला तो स्वर ऐकून तोच आश्चर्यचकित झाला. एवढ्या नरमाईनं आपण बोलू शकतो. असं पारूशी बोललो असतो तं?

''बरं सांगते सुनंला. पण, बाहेरचं मानूस किती दिस कामाला यील? आता पारू आलं तं चांगलं वाग माज्या राज्या. ते पिणं कमी कर. पिल्यावर दोन घास करून घालणारी आता घरात न्हाई. हीच येळ हाये दारू सोडायची.''

''बरं बरं'', करत हरी झोपडीत आला. बाजूच्या घरून त्यानं शेळीचं आठ आण्याचं दूध आणलं. स्टोव्ह पेटवला. चहा करून घेतला. हातात फडा घेऊन घर झाडायचा प्रयत्न केला. इकडचा कचरा इकडे आणि तिकडचा तिकडे असं त्यानं केलं. अंगणातला कचरा समोरच्या झोपडीच्या अंगणाशी लावून दिला.

पोटापाण्याची सोय लावून घ्यायला हवी, हे त्यानं जाणलं. गल्लीतच कोपऱ्यावर एक बाई धडुतं अंथरूण भाजी घेऊन बसली होती. त्यानं मेथीची गड्डी उचलली.

स्टो पेटवून त्यानं भाजी केली. तोवर रुक्मीणीमावशीची सून भाकऱ्या घेऊन आली.

तो जेवायला बसला अन् पहिलाच घास घशात अडकला.

आपण पार एकटं पडलोत, हे त्याला प्रकर्षानं जाणवून गेलं. जेवायला

बसलं की पारूही भाकरी खायला बसायची. तिचीही कामावर जायची घाई सुरू व्हायची. काहीबाही बोलता बोलता कोरडी भाकरीही गोड लागायची. आज कोरड्या भाकरीचा टोठरा घशात बसला. आपलं नशीब म्हणावं की काय? माय आधी सोडून गेली. पोरगी घरातून निघून गेली. पण तेव्हा सोबतीला पारू होती. आता पारूसुद्धा निघून गेली.

चाहूल लागली. त्यानं दाराकडे पाहिलं. दाराशी ते काळं पिल्लू येऊन शेपटी हलवत बसलं होतं.

"हाडेऽऽ" त्यानं म्हणताच ते बिचकलं आणि मग त्याच्या काय मनात आलं... त्यानं भाकरीचा एक तुकडा त्याच्या दिशेनं भिरकावला. पिल्लानं तो तुकडा खाऊन टाकला.

पुन: ते शेपटी हलवू लागलं.

त्यानं आणखी एक तुकडा टाकला.

तेवढ्यानं पिल्लाचं पोट भरलं असावं.

आता ते पिल्लू धीट होऊन आत आलं. आत येऊन दाराशीच बसलं. ते मधेच कान हलवत हरीकडे पाहत होतं. मधेच शेपूट जमिनीवर आपटत होतं. हरी तयार होत होता. त्यानं सदरा अडकवला.

पिल्लू घराबाहेर पडलं.

घरात दुसरं कुणी नसल्यानं हरीचे लक्ष पिल्लाकडेच होतं.

त्याला आश्चर्य वाटलं. आपण अंगात शर्ट चढवल्याक्षणी पिल्लू बाहेर पडत होतं. म्हणजे आपण बाहेर जाताना कपडे घालतो, हे पिल्लाच्या लक्षात येतं तर!

एवढ्या वेळच्या त्याच्या त्रासिक मुद्रेवर हास्याची लकेर उमटली.

आजचा कामाचा दिवस वाईट गेला. तेच काम, तेच मालक, तीच जागा वेळही तेवढाच; पण आपण एकटं आहोत ही भावना त्याला सतत कुरतडत होती. पारूचं अन् त्याचं बोलणं मधेच आठवून जायचं. मधेच नशेत असतानाचे काही प्रसंग आठवायचे. हे प्रसंग आयुष्यात ठणाणा जळताहेत. पण आपण त्यांना चुलीतलं लाकूड ओढून घ्यावं त्यासारखं ओढून काढू शकत नाही. आपलं आयुष्य त्यामुळे करपत आहे, ही भावना त्याला होत होती. काम संपलं तशी तो घराकडे निघाला. पण आज नेहमीसारखे गुत्त्याकडे पाय वळले नाहीत. घरी गेल्यावर जमतील तशा दोन भाकऱ्या थापायच्या. ठेचा रगडायचा... एवढं काम आपल्याला साधलंच पाहिजे. पारू आज ना उद्या परत येईलच की! जातेय कुठे? आता ह्या वयात भाऊ-भावजयांबरोबर तरी किती रमणार? तिचं वय... लग्न झालं तेव्हा पंधरा वर्षांची असेल नसेल. दोन वर्षांनी कुस्मी झाली. कुस्मीनं पंधरा वर्षं आपल्या घरात

काढली. तिला निघून जाऊन दोन वर्षं झाली. हरी हिशोब करत होता.. पारू असेल पस्तीसच्या पुढे. चाळीसच्या आत. बाईमाणसाची जात लवकर जरड दिसते. आता दुसरा घरोबा... तो ह्या विचारापाशी येऊन गप्प झाला. विचारांच्या नादात तो घराकडे परतत होता. येता येता भाजीवाल्या बाईकडून त्यानं रुपयाच्या मिर्च्या घेतल्या.

घरी आला. अंगणात पाऊल ठेवलं. समोर कुत्र्याचं पिल्लू. त्याला पाहून ते बसलेलं पिल्लू उठलं. शेपटी हलवू लागलं. अजून हरीला ते बिचकत होतं. तरी बारीकसा कूं कूं आवाज काढून आनंद दर्शवत होतं.

हरीनं त्याच्याकडे पाहिलं.

"यू..." म्हणत हात पुढे केला. ते त्याच्याजवळ आलं. हरीनं त्याला गोंजारलं. त्याचं हाडकं शरीर, मऊ कातडं. ते कातडं हाडांवरून सरकत होतं. फासळीन् फासळी हाताला लागत होती.

पारूची हालतही आपण अशीच केली. पारूच्या आठवणींच्या भरात तो उठला. त्यानं झोपडीचं कवाड उघडलं. स्टोव्ह पेटवला.

वेड्यावाकड्या जमतील तशा दोन भाकऱ्या टाकल्या. त्याच तव्यावर लसूण आणि मिर्च्या टाकून ठेचा रगडला.

तेवढ्यात रुक्मिणीमावशी काठी टेकत आली.

"भाकऱ्या केल्या जणू."

"हां."

"केल्या असत्या माज्या सुनानं."

"कुठवर तरास द्यायचा? रोजचंच व्हनार हे, पारूयेईस्तवर..."

रुक्मिणीनं एक नि:श्वास टाकला.

आता ही तिसरी स्त्रीही आपल्याला फुकटची वाट पाह्यला लावते की काय? नाही, तसं व्हायचं नाही. पारू येईल परत. काही दिवस वाट पाहून आपण सांगावा धाडू.

"मावशी.. तुला काय वाटतं, पारू यील?"

"काय सांगू जावं? माणसाचं मन अळवाच्या पानावानी असतं बघ. तुझी माय यील असं वाटलंच होतं की"

"पन... पारूची गोष्ट येगळी हाय."

"हां... तुह्या माराची आठवन विसरंल तवा यील मग..."

हरीचं मन अपराधी भावनेनं कसंनुसं झालं.

"मावशी, घे, भाकरी खा."

"आत्ताच खाल्ली."

"मग काय होतं..."

"आता मी काय तुज्यावाणी तरणी हाये दोन भाकरी खायला? सकाळचं खाल्लं, की सांजचं नको वाटतं बग खायला. तू खा."

हरीनं भाकरीचा तुकडा मोडला. तं समोर ते कुत्र्याचं पिल्लू जीभ बाहेर काढून शेपटी हलवत.

"यूऽऽ" हरीनं त्याला बोलावलं.

आता पिल्लाचं बिचकणं कमी झालं होतं. ते हरीच्या मांडीलगत आलं. उगाचच त्याला खेटून बसलं. हरीनं भाकरीचे तुकडे त्याच्या पुढ्यात टाकले. समोरच्या दोन पायांत तुकडा धरून ते खाऊ लागलं.

"पारूनं त्याला जीव लावला होता." मावशी बोलली.

"हं... ती गेल्यापास्नं मागंमागंच करतं बघ."

"मुक्या जनावरालाबी माया कळती बघ. कसं यिऊन बसलं तुज्याजवळ."

त्यानं पिल्लाकडे पाहिलं. आपले काळेभोर डोळे रोखून ते हरीकडेच पाहत होतं. हरीनं पाहिल्याबरोबर त्यानं जीभ बाहेर काढली. शेपटी हलवत ते मोठे मोठे श्वास घेऊ लागलं.

हरीला ते हसतंय असं वाटून गेलं. रुक्मिणीमावशी निघून गेली.

आज दारू प्यायली नव्हती. घरात पारू नव्हती. हरीला झोप येईना. एकटेपण त्याला खायला उठत होतं. उद्या पिऊनच यायचं. ह्या असल्या एकटेपणापेक्षा ते परवडलं. त्यानं पाहिलं. कुत्र्याचे पिलू कधीतरी उंबरठ्याच्या आत येऊन दाराशीच वेटोळं घालून झोपलं होतं. त्यालाही घराबाहेर, घराच्या आत कळतं. एका उंबरठ्याचा प्रश्न असतो. पण उंबरठ्याआत त्याला यावं वाटतं.

पण पारू कशी निघून गेली उंबरठ्याबाहेर?

तो बाहेरच्या अंधारात पाहत होता. पारू येईल? कदाचित पारू त्या झाडामागे उभी असंल. आपली तगमग पाहत असंल, तो वेड्यावाणी उठला. बाहेर एक चक्कर मारली. झाडामागे कुणी नव्हतं.

त्यानं एक शिवी सणसणून दिली. "घर सोडून जाते साल्ली उठवळ!"

आपल्याच नशिबाला अशी स्त्रीजात का लाभावी, ह्याचा उलगडा त्याला होत नव्हता. झोपड्याझोपड्यांत संसार होत होते. बाया मार खात होत्या. कचाकचा भांडत होत्या. पुन: झोपडीतच विसावत होत्या. ही बया गेली निघून. हिचे भाऊ कोणते मोठे तालेवार लागून गेले. यीलच की परत. तो तगमगत घरात आला.

"यूऽऽ" त्यानं पिल्लाला उद्देशून म्हटलं. झोपलेल्या पिल्लानं हळूच डोळे

उघडले. मान न उचलताच त्याच्याकडे पाहिलं.

"ये..." त्यानं पिल्लाला बोलावलं. जड अंगानं पिलू उठलं. त्याच्याजवळ गेलं. आपला चादरीखालचा पंजा हरी हलवू लागला. पिल्लाची झोप उडाली. कान उभे राहिले. तो पंजा पकडण्याचा प्रयत्न करू लागला. खेळ सुरू झाला. चादरीखालचा हात पकडण्याचा प्रयत्न पिल्लू करू लागलं. त्याच्या त्या उड्या मारण्याची हरीलाही गंमत वाटू लागली. मध्येच ते पिल्लू दूर जाऊन शरीराला बाक देऊन झेप घ्यायचा पवित्रा घेत होतं. त्याच्या सर्व हालचाली विलोभनीय होत्या. कितीतरी वेळ हरीला तो खेळ पुरला. मग त्यानं पिल्लाला जवळ ओढलं.

झोप आता म्हणून आपल्या समोर झोपवलं. दमलेलं पिल्लू शांतसं पडून राहिलं. हरी त्याच्या अंगावरून हात फिरवीत होता. पिल्लाला बरं वाटत होतं. हरीला कुस्मीची आठवण झाली. कुस्मी अशीच झोपायची.

हरीला केव्हातरी झोप लागली. सकाळी कुणीतरी ढुशा मारू लागलं. त्याची झोप उघडली. त्यानं पाहिलं. पिल्लू ढुशा मारत होतं. अंगणात उन्हं आली होती.

त्यानं कौतुकानं पिल्लाकडे पाहिलं. पिल्लू त्याच्याकडे पाहत होतं. बहुधा ते हसत असावं.

"उठतो बाबा." म्हणत हरी उठला. "चला, आता दूध आणायला हवं. आठ आण्याचं आपल्याला आणि आठ आण्याचं ह्या पिल्लाला..." हरीनं तोंड धुतलं.

हाती भांडं घेतलं

आणि काय वाटलं कोण जाणे, त्यानं टांगलेल्या फोटोमागची सुतळी काढली. ती सुतळी त्या पिल्लाच्या गळ्यात बांधली.

"चला..." त्यानं पिल्लाला उद्देशून म्हटलं. ते इवलंसं हडकं पिल्लू उठलं. हरीच्या मागे लुटुलुटु चालू लागलं.

हरी पिल्लाला बांधलेली सुतळी हाती घेऊन दूध आणायला रस्त्यावरून जाऊ लागला.

"ते बघ हरीचं कुत्रं.." पोरं एकमेकांना दाखवू लागली. माणसंही त्या दोघांकडे पाहत होती. कुणीतरी विचारलंही... "काय हरीभाऊ, कुत्रं पाळलं वाटतं?"
"हो, हे माझं पिल्लू आहे." हरी अभिमानानं म्हणाला.

हरी आता एकटा नव्हता. त्याच्या सोबतीला त्याच्या मागेमागे करणारे जीव लावणारं पिल्लू होतं. पिल्लाला घेऊन जाणाऱ्या हरीच्या चालण्यात आता ती ऐट आली होती.

◆